காலை மாலை சிந்தனைகள்

Morning and Evening Thoughts

– ஜேம்ஸ் ஆலன் –

தமிழில் : சே. அருணாசலம்

வள்ளியம்மை பதிப்பகம்
mobile/WhatsApp: 918939478478
email: arun2010g@gmail.com

	காலை மாலை சிந்தனைகள்
	Morning and Evening Thoughts
ஆசிரியர்	ஜேம்ஸ் ஆலன்
தமிழில்	சே.அருணாசலம்
	arun2010g@gmail.com
உரிமை ©	வள்ளியம்மை பதிப்பகம்
முதல் பதிப்பு	நவம்பர் 2023
பக்கங்கள்	128
தாள்	80 ஜிஎஸ்எம்
எழுத்துரு	TAU_Elango_Madhavi | 12 pt
	CHENETUNICODE001 | 12 pt
	ATM 327 | 16 pt
வடிவமைப்பு	சன் கிரியேசன்ஸ், காரைக்குடி
	அலைபேசி : 9578078500
அச்சாக்கம்	Real Impact Solutions, Chennai - 600 004
வெளியீடு	வள்ளியம்மை பதிப்பகம்
	காரைக்குடி
	அலைபேசி: 8939478478
	மின்னஞ்சல்: arun2010g@gmail.com
விலை	₹ 200/-
ISBN	978-93-5980-401-9

FIRST MORNING

In aiming at the life of blessedness,

one of the simplest beginnings to be considered,

and rightly made, is that which we all make every day

—namely, the beginning of each day's life.

There is a sense in which every day

may be regarded as the beginning of a new life,

in which one can think, act, and live newly,

and in a wiser and better spirit.

The right beginning of the day will be followed

by a cheerfulness permeating the household

with a sunny influence,

and the tasks and duties of the day

will be undertaken in a strong and confident spirit,

and the whole day will be well lived.

தமிழில் : சே. அருணாசலம்

முதல் நாள் காலை

பேரருள் நிறைந்த வாழ்வை எண்ணும் போது,

கவனத்தில் கொண்டு சரியாக மேற்கொள்ள வேண்டிய எளிய தொடக்கம் என்பது –

ஒவ்வொரு நாளையும் நாம் எப்படி செலவிடுகிறோம்,

அதிலும் குறிப்பாக, நாளின் தொடக்கத்தை எவ்வாறு தொடங்குகிறோம் என்பதாகும்.

ஒவ்வொரு நாளையும் புதிய ஒரு வாழ்வின் தொடக்கம் என்று கருதலாம்.

அதில், ஒருவன், அவனது எண்ணமும், செயலும் புதியதாக, மேன்மையானதாக, உள்ளொளி மிக்கதாக வாழலாம்.

ஒரு நாளின் சரியான தொடக்கத்தை தொடரக் கூடியது, வீட்டில் உள்ளவர்களை உள்ளன்போடும் முகமலர்ச்சியுடன் எதிர்கொள்வதாகும்,

பின்பு அன்றைய நாளின் கடமைகளை, பணிகளை வலிமையோடும் நம்பிக்கையோடும் மேற்கொள்வதாகும்.

அன்றைய நாள் முழுதும் நல்ல முறையில் வாழப்படும்.

FIRST EVENING

There can be no progress, no achievement,
without sacrifice, and a man's worldly success
will be in the measure that he sacrifices
his confused animal thoughts,
and fixes his mind on the development of his plans,
and the strengthening of his resolution and self-reliance.
And the higher he lifts his thoughts,
the more manly, upright, and righteous he becomes,
the greater will be his success,
the more blessed and enduring will be his achievements.

தமிழில் : சே. அருணாசலம்

முதல் நாள் மாலை

தியாகம் இல்லாமல் எந்த வகையான

முன்னேற்றமோ, சாதனையோ இடம்பெற முடியாது.

ஒருவனது உலக வாழ்வின் வெற்றி என்பது

அவன் எந்த அளவிற்கு தனது குழப்பமான கீழ்நிலை
எண்ணங்களைத் தியாகம் செய்கிறான்,

தனது திட்டங்களை செயல்படுத்துவதில் தன் மனதை கவனமாக
செலுத்துகிறான்,

தனது மனத்திட்பம் மற்றும் தன்னம்பிக்கையை எவ்வாறு
வளர்த்துக் கொள்கிறான் என்பதைப் பொறுத்ததாகும்.

அவனது எண்ணங்களின் தன்மை உயரும்போது

அவன் இன்னும் ஆளுமை மிக்கவனாக,

நேர் கொண்டவனாக, நன்மையானவனாக மாறுகிறான்,

அவனது வெற்றி இன்னும் சிறந்ததாகும்,

அவனது சாதனைகள் பேரருளோடு நிலைத்து இருக்கும்.

SECOND MORNING

None but right acts can follow right thoughts;
none but a right life can follow right acts;
and by living a right life all blessedness is achieved.
Mind is the Master-power that moulds and makes.
And Man is Mind, and evermore he takes.
The Tool of thought, and, shaping what he wills,
Brings forth a thousand joys, a thousand ills;
He thinks in secret, and it comes to pass:
Environment is but his looking-glass.

தமிழில் : சே. அருணாசலம்

இரண்டாம் நாள் காலை

சரியான எண்ணங்களை சரியான செயல்கள் அன்றி வேறு எதுவும் பின்தொடர முடியாது.

சரியான செயல்களை சரியான வாழ்வு அன்றி வேறு எதுவும் பின்தொடர முடியாது.

சரியான வாழ்வை வாழும்போது எல்லா பேரருளும் அடையப்படுகிறது.

மனம் தான் உருவாக்கும், வடிவமைக்கும் பேராற்றல் ஆகும்.

மனிதன் என்பவன் மனம் தான்.

அவன் எண்ணம் என்னும் கருவியை கையிலெடுத்து தான் விரும்பியதை வடிவமைப்பது.,

ஆயிரம் மகிழ்ச்சிகளை, ஆயிரம் துக்கங்களை கொண்டுவந்து சேர்க்கிறது.

அவன் இரகசியமாக எண்ணுவது வெளியில் கடந்து செல்கிறது.

சூழல் என்பது அவன் பார்வையின் கண்ணாடியே, அதில் உள்ள சாயத்தின் படியே வெளியேயும் காண்பான்.

SECOND EVENING

Calmness of mind is one of the beautiful jewels of wisdom.

A man becomes calm in the measure

that he understands himself as a thought-evolved being

And he as he develops a right understanding,

and sees more and more clearly the internal relations of things

by the action of cause and effect,

he ceases to fret and fume,

and worry and grieve,

and remains poised, steadfast, serene.

இரண்டாம் நாள் மாலை

சாந்தமான மனம் என்பது
மெய்யறிவின் ஓர் அழகிய அணிகலன்.
தனது எண்ணங்களுக்கு ஏற்ப தான் உருவானவன் என்று எந்த அளவிற்கு ஒருவன் உணர்கிறானோ அவன் அந்த அளவிற்கு சாந்தமானவன் ஆகிறான்.......

அவன் சரியான புரிதலை வளர்த்துக் கொள்ளும் போது,

நடைபெறும் நிகழ்வுகளை அவற்றின் தொடர்பிலான

காரணம் மற்றும் விளைவு

என்ற கண்ணோட்டத்தில் காணும்போது,

அவன் சலிப்படையவோ,

முணுமுணுக்கவோ மாட்டான்,

வருத்தப்படவோ,

துக்கப்படவோ மாட்டான்.

மனக்கலக்கமின்றி,

உறுதியாக எந்தச் சலனமுமின்றி இருப்பான்.

THIRD MORNING

To follow, under all circumstances,

the highest promptings within you;

to be always true to the divine self;

to rely upon the inward Voice, the inward Light,

and to pursue your purpose with a fearless and restful heart,

believing that the future will yield unto you

the need of every thought and effort;

knowing that the laws of the universe can never fail,

and that your own will come back to you

with mathematical exactitude-

this is faith and the living of faith.

தமிழில் : சே. அருணாசலம்

மூன்றாம் நாள் காலை

எந்தச் சூழலிலும், உங்கள் உள்ளத்தின் உயர்ந்த
வழிகாட்டுதல்களைப் பின்பற்றுவது,
தெய்வீக தன்மைக்கு என்றும் உண்மையாய் இருப்பது,

உங்கள் உள்ளுணர்வின் குரலை
நம்பிக்கையுடன் ஏற்பது,
உங்கள் உள்ளொளியை நம்புவது,
உங்கள் குறிக்கோளை எந்த அச்சமும் இன்றி நிம்மதியான
உள்ளத்துடன் தொடர்வது,

உங்களது எண்ணம் மற்றும் முயற்சியின்
ஒவ்வொரு தேவையையும்
எதிர்காலம் வழங்கும் என்று நம்புவது,

பிரபஞ்சத்தின் விதிகள் என்றும் தோல்வியுறாது,
 உங்களுக்கு உரியது உங்களை வந்து அடையும்,
துல்லியமான கணித விதிப்படி –
என்று நிச்சயமாக தெளிந்து இருப்பது

இதுவே நம்பிக்கையுடன் வாழ்வது,
வாழ்வின் நம்பிக்கை என்பதாகும்.

THIRD EVENING

Have a thorough understanding of your work,

and let it be your own; and as you proceed,

ever following the inward Guide, the infallible Voice,

you will pass on from victory to victory,

and will rise step by step to higher resting-places,

and your ever-broadening outlook will gradually reveal to you the essential beauty and purpose of life.

Self-purified, health will be yours;

self-governed, power will be yours,

and all that you do will prosper.
And I may stand where health, success, and power
Await my coming, if, each fleeting hour,
I cling to love and patience;
and abide With stainlessness;
and never step aside From high integrity;
so shall I see At last the land of immortality.

தமிழில் : சே. அருணாசலம்

மூன்றாம் நாள் மாலை

உங்களது பணியைக் குறித்த முழுமையான புரிதலைக் கொண்டிருங்கள்.
அது உங்களுக்கே உரியதாக இருக்கட்டும்.
உங்கள் உள்ளுணர்வு வழிகாட்டியை,
உங்கள் உள்ளத்தின் குரலை,
நீங்கள் என்றும் பின்பற்றி செல்லும்போது,
நீங்கள் ஒரு வெற்றியிலிருந்து இன்னொரு வெற்றிக்கு செல்வீர்கள், உயர்வான ஓய்விடங்களுக்கு படிப்படியாக நகர்வீர்கள்.
உங்களது பரந்து விரிந்த மனப்பான்மை,
வாழ்வின் குறிக்கோள், வாழ்வின் பேரழகு
ஆகியவற்றை மெல்ல மெல்ல வெளிப்படுத்தும்.

மனமாசுகள் அறுக்கப்படும்போது,
ஆரோக்கியம் உங்களுடையதாகும்.
சுயகட்டுப்பாடு கொள்ளும்போது ஆற்றல் உங்களுடையதாகும்.
நீங்கள் செய்வன எல்லாம் செழித்தோங்கும்.
எங்கே உடல் நலம், வெற்றி, ஆற்றல் இருக்கிறதோ, அங்கே நானிருப்பேன்.
ஒருவேளை இல்லையென்றால், எனது வருகையை எந்த நேரமும் எதிர்பாருங்கள்.
அன்பு மற்றும் பொறுமையை நான் உறுதியாகப் பற்றி இருக்கிறேன்.
கலங்கமில்லாதவைகளுடன் நான் உறைகிறேன். உயர்ந்த நேர்மையின் பாதையிலிருந்து நான் விலகுவதில்லை.
இறப்பில்லாத பிரதேசத்தை, எனவே, நான் இறுதியில் காண்பேன்.

FOURTH MORNING

When the tongue is well controlled and wisely subdued;
when selfish impulses and unworthy thoughts
no longer rush to the tongue demanding utterance;
when the speech has become harmless, pure, gracious, gentle, and purposeful,
and no word is uttered but in sincerity and truth
– then are the five steps in virtuous speech accomplished,
then is the second great lesson in Truth learned and mastered.
Make pure thy heart,
and thou wilt make thy life
Rich, sweet and beautiful.

தமிழில் : சே. அருணாசலம்

நான்காம் நாள் காலை

நாவானது–, அடங்கி, தறிகெட்டுச் செயல்படாமல் கட்டுப்பாட்டுடன் செயல்பட்டால்,

மெய்யறிவின் துணையோடு அடக்கப்பட்டால்,

சுயநல உந்துதல்களும் கீழ்த்தர எண்ணங்களும் உச்சரிக்கப்படுவதற்கு முன் மறைந்துவிட்டால்,

பேச்சானது தீங்கற்றதாக, பரிசுத்தமானதாக, மென்மையானதாக, கனிவானதாக, பயனுள்ளதாக

வெளிப்படும் ஒவ்வொரு வார்த்தையும் உள்ளத்திலிருந்து உண்மையானதாக வெளிப்பட்டால்,

நாவடக்கத்தின் ஐந்து படிகளும் கடந்தாகிவிட்டது என்று கொள்ளலாம்.

உண்மையின் இரண்டாவது முக்கிய பாடம் மனதில் பதிந்து விட்டது.

உங்கள் உள்ளத்தை தூய்மைப்படுத்துங்கள்

வளமானதாக, இனிமையானதாக, அழகானதாக

உங்கள் வாழ்வை மாற்றுவீர்கள்.

FOURTH EVENING

Having clothed himself with humility,
the first questions a man asks himself are:-
"How am I acting towards others?"
"What am I doing to others?"
"How am I thinking of others?"
"Are my thoughts of, and acts towards others prompted by unselfish love?"
As a man, in the silence of his soul, asks himself these searching questions, he will unerringly see where he has hitherto failed.

தமிழில் : சே. அருணாசலம்

நான்காம் நாள் மாலை

பணிவு என்னும் ஆடையை தரித்துக்கொண்ட பின்,
ஒருவன் தன்னையே கேட்டுக்கொள்ளும் முதல் கேள்விகள்:–
"நான் மற்றவர்களிடம் எப்படி நடந்து கொள்கிறேன்?",
"மற்றவர்களுக்கு நான் என்ன செய்கிறேன்?",
"மற்றவர்களைப் பற்றி நான் என்ன நினைக்கிறேன்?",
"மற்றவர்களிடத்தே செல்லும் எனது எண்ணங்களும்,
செயல்களும் சுயநலம் கலவாத அன்பால்
உந்தப்பட்டிருக்கிறதா?"
ஒருவன் தன் ஆன்ம அமைதியில் தேடலுக்கு வித்திடும் இந்தக்
கேள்விகளை தன்னுள் கேட்கும் போது,
தான் இதுவரை எங்கு தோல்வியுற்றான் என்பதை தெளிவாகக்
காண்பான்.

FIFTH MORNING

To dwell in love always and towards all is to live the true life,
is to have Life itself.
Knowing this, the good man gives up himself
unreservedly to the Spirit of Love,
and dwells in Love towards all,
contending with none, condemning none, but loving all.
The Christ Spirit of Love puts an end,
not only to all sin, but to all division and contention.

தமிழில் : சே. அருணாசலம்

ஐந்தாம் நாள் காலை

எப்போதும் அன்போடு இருப்பது,

எல்லோரிடமும் அன்போடு இருப்பது

என்பது உண்மை வாழ்வை வாழ்வதாகும்,

வாழ்வையே வசப்படுத்துவதாகும்.

இதையறிந்த நல்ல மனிதன் அன்பின் கட்டளைக்கு தன்னை முழுதும் அர்ப்பணிக்கிறான்,

அனைவரிடமும் அன்போடு இருக்கிறான்,

இவ்வளவு பேர்களிடத்தில் அன்பு செலுத்துவது போதும் என்று அவன் அன்பின் எல்லையை சுருக்குவது இல்லை,

யாரையும் கண்டனம் செய்வது இல்லை, அனைவரையும் நேசிக்கிறான்.

இயேசு உணர்ந்த அன்பு-,

பாவத்திற்கு மட்டுமல்ல,

அனைத்து பிரிவுகள்

மற்றும் இறுகப் பற்றுதல்களுக்கும்

முற்றுப்புள்ளி வைக்கும்.

FIFTH EVENING

When sin and self are abandoned,
the heart is restored to its imperishable Joy.
Joy comes and fills the self-emptied heart;
it abides with the peaceful; its reign is with the pure.
Joy flees from the selfish, it deserts the quarrelsome;
it is hidden from the impure.
Joy cannot remain with the selfish; it is wedded to Love.

தமிழில் : சே. அருணாசலம்

ஐந்தாம் நாள் மாலை

பாவச் செயல்களும்
தான் என்கிற அகம்பாவமும் கைவிடப்படும்போது,
இதயமானது தன் உடன்பிறந்த,
என்றும் நிலையான மகிழ்ச்சியின்
துணையை மீண்டும் பெறும்.
நான் என்கிற எண்ணம் நீங்கிய இதயத்தில்
மகிழ்ச்சி வந்து குடிகொள்ளும்.
எங்கே நிம்மதி இருக்கின்றதோ
அங்கே தான் மகிழ்ச்சி தங்கும்.
களங்கமற்றதையே மகிழ்ச்சி ஆளும்.
சுயநலம் மிக்கவர்களிடமிருந்து
மகிழ்ச்சி விலகி ஓடும்.
சண்டை சச்சரவில் ஈடுபடுபவர்களை
அது கைப்பிடிக்காது.
மனத்தூய்மையற்றவர்களுக்கு
அது புலப்படாமல் மறைவாகவே இருக்கும்.
சுயநலத்தோடு மகிழ்ச்சியால் வாழ முடியாது.
அவள் அன்பையே விரும்பி கரம்பிடிப்பாள்.

James Allen | 21

SIXTH MORNING

In the pure heart there is no room left
where personal judgments and hatreds can find lodgment,
for it is filled to overflowing with tenderness and love;
it sees no evil, and only as men succeed
in seeing no evil in others
will they become free from sin, and sorrow, and suffering.

If men only understood
That the heart that sins must sorrow,
That the hateful mind tomorrow
Reaps its barren harvest,
weeping, starving, resting not, nor sleeping;
Tenderness would fill their being,
They would see with Pity's seeing
If they only understood.

தமிழில் : சே. அருணாசலம்

ஆறாம் நாள் காலை

தூய்மையான இதயத்தில் எந்தப் பாகுபாட்டையும்,
வெறுப்பையும் யார்மீதும் கொள்வதற்கு இடமில்லை.

காரணம், அது மென்மையான இரக்கத்தாலும், கனிவான
பேரன்பாலும் நிரம்பி வழிகிறது.

தூய்மையான இதயம் யாரிடத்தும் எந்தத் தீங்கையும் காணாது.

மனிதர்கள் பிறரிடம் எந்தத் தீங்கையும் காணாமல்
இருக்கும்போது தான்,

பாவத்திலிருந்தும், துக்கத்திலிருந்தும், துன்பத்திலிருந்தும்
விடுபடுவார்கள்.

மனிதர்கள் மட்டும் இதைப் புரிந்து கொள்வார்களேயானால்,

பாவம் செய்யும் இதயம் துக்கப்பட வேண்டும் என்பதை,

வெறுப்பை உமிழும் இதயம் நாளை அதன் அறுவடை
வெறுமையாகும் என்பதை,

கண்ணீரோடும், பசியோடும், ஓய்வும் உறக்கமும் இல்லாமல்
இருக்கும் என்பதை

அவர்கள் புரிந்து கொள்வார்களேயானால்,

மென்மையும், கனிவும் அவர்களுள் நிறையும்,

இரக்கத்தின் பார்வையோடு அவர்கள் பார்ப்பார்கள்,

அவர்கள் மட்டும் புரிந்து கொள்வார்களேயானால்.

SIXTH EVENING

To stand face to face with truth;
to arrive, after innumerable wanderings and pains,
at wisdom and bliss;
not to be finally defeated and cast out,
but to ultimately triumph over every inward foe
-such is man's divine destiny, such his glorious goal;
and this, every saint, sage, and savior has declared.

A man only begins to be a man when he ceases to whine and revile, and commences to search for the hidden justice which regulates his life.

And as he adapts his mind to that regulating factor, he ceases to accuse others as the cause of his condition, and builds himself up in strong and noble thoughts; ceases to kick against circumstances, but begins to use them as aids to his more rapid progress, and as a means of discovering the hidden power and possibilities within himself.

தமிழில் : சே. அருணாசலம்

ஆறாம் நாள் மாலை

உண்மையை நேருக்குநேராக எதிர்கொள்வது, எண்ணிலடங்காத திசைமாறி அலைதல்களுக்கும், வலிகளுக்கும், பின் மெய்யறிவையும், பேரானந்தத்தையும் அடைவது; இறுதியில் வீழ்த்தப்பட்டு தூக்கி எறியப்படுவதற்காக அல்ல, ஆனால் ஒவ்வொரு உள் எதிரியையும் முற்றிலுமாக வீழ்த்துவது; அதுவே மனிதனுக்கு விதிக்கப்பட்ட தெய்வீக விதி, அதுவே அவன் அடைய வேண்டிய மாபெரும் இலக்கு. இதையே அனைத்து புனிதர்களும், ஞானிகளும், மீட்பர்களும் அறிவித்திருக்கிறார்கள்.

ஒரு மனிதன் எப்போது மனிதனாக இருக்கத் தொடங்குகிறான் என்றால், அவன், குறை சொல்வது, விமர்சிப்பது, முணுமுணுப்பது, வெறுப்பும் சலிப்பும் அடைவது ஆகியவற்றை விட்டு தனது வாழ்வை ஒழுங்கமைக்கும் மறைவான நீதியை அவன் தேடத் தொடங்கும் போது தான். தனது மனதை அந்த ஒழுங்கமைக்கும் அம்சத்திற்கு உட்படுத்திக் கொள்ளும்போது, தனது நிலைக்கு மற்றவர்கள் தான் காரணம் என்று குற்றம் சாட்டுவதை அவன் தவிர்க்கிறான். சூழ்நிலைகளை எதிர்த்து போரிடுவதை விட்டு அவற்றை தனது இன்னும் வேகமான முன்னேற்றத்திற்கு சாதகமாக பயன்படுத்தத் தொடங்குகிறான். அவனுள் மறைந்திருந்த ஆற்றல்களையும், சாத்தியக் கூறுகளையும் வெளிக்கொணரும் கருவிகளை அவற்றில் காண்கிறான்.

SEVENTH MORNING

The will to evil and the will to good Are both within thee,
which wilt thou employ?
Thou knowest what is right and what is wrong,
Which wilt though love and foster? which destroy?
Thou art the chooser of thy thoughts and deeds;
Thou art the maker of thine inward state;
The power is thine to be what thou wilt be;
Thou buildest Truth and Love, or lies and hate.

தமிழில் : சே. அருணாசலம்

ஏழாவது நாள் காலை

தீமைக்கான வழி, நன்மைக்கான வழி இரண்டும் உங்களுக்குள் இருக்கிறது.

எதை நீங்கள் தேர்ந்தெடுக்கப் போகிறீர்கள்?

எது சரி, எது தவறு என்பது உங்களுக்குத் தெரியும்;

எதை விரும்பி வளர்க்கப் போகிறீர்கள்? எதை அழிக்கப் போகிறீர்கள்?

உங்கள் எண்ணங்களையும், செயல்களையும் தேர்ந்தெடுப்பவர் நீங்கள்தான்.

உங்கள் உள்மன நிலையை உருவாக்குபவர் நீங்கள்தான்.

நீங்கள் எதுவாக விரும்புகிறீர்களோ அதுவாகும் ஆற்றல் உங்களிடம் இருக்கிறது.

உண்மையும், அன்பும்

அல்லது

பொய்மையும், காழ்ப்பும்

எதைக் கொண்டு உங்களை

நீங்கள் கட்டமைக்கப் போகிறீர்கள்?

SEVENTH EVENING

The teaching of Jesus brings men back to the simple truth
that righteousness, or right-doing,
is entirely a matter of individual conduct,
and not a mystical something
apart from a man's thoughts and deeds.
Calmness and patience can become habitual
by first grasping, through effort,
a calm and patient thought,
and then continuously thinking it,
and living in it, until "use becomes second nature,"
and anger and impatience pass away for ever.

தமிழில் : சே. அருணாசலம்

ஏழாம் நாள் மாலை

நன்மையை கடைப்பிடிப்பது அல்லது நற்செயல்களில்
ஈடுபடுவது என்பது
ஒரு தனி மனிதனது ஒழுக்கவியல் என்ற எளிய உண்மைக்கு
இயேசுவின் போதனைகள் நம்மை இட்டுச் செல்கின்றன.
அவை மனிதனது எண்ணங்களோடும், செயல்களோடும்
தொடர்பில் இல்லாத ஒரு புதிர் அல்ல.

சாந்தமும் பொறுமையும் பழக்கமாக,
முதலில் முயற்சியின் வாயிலாக
சாந்தமும், பொறுமையும் ஆன எண்ணத்தை
இறுகப் பற்ற வேண்டும்.
பின்பு, இடையறாது அதை எண்ண வேண்டும்.
அதிலேயே வாழ வேண்டும்,
அதை முயற்சித்து பயன்படுத்த வேண்டாம்
என்ற அளவுக்கு இயல்பாகும் வரை,
கோபமும், பொறுமையின்மையும்
முழுமையாக விடைபெறும் வரை.

James Allen | 29

EIGHTH MORNING

Man is made or unmade by himself;

in the armoury of thought

he forges the weapons by which he destroys himself;

he also fashions the tools with which

he builds for himself heavenly mansions

of joy and strength and peace.

By the right choice and true application of thought

man ascends to the Divine Perfection;

by the abuse and wrong application of thought

he descends below the level of the beast.

Between these two extremes

are all the grades of character

and man is their maker and master.

As a being of Power, Intelligence, and Love,

and the lord of his own thoughts,

man holds the key to every situation.

தமிழில் : சே. அருணாசலம்

எட்டாம் நாள் காலை

ஒருவன் தன்னைத் தானே கட்டமைத்துக் கொள்கிறான்.

தன்னைத் தானே அழித்துக் கொள்கிறான்.

எண்ணம் என்னும் பட்டறையில் தன்னை அழிக்கும் ஆயுதத்தை அவனே வடிவமைக்கிறான்.

தனக்கு மகிழ்ச்சி, வலிமை, நிம்மதி என்னும் சுவர்க்க மாளிகையை கட்டமைக்கும் கருவிகளையும் அவனே தயார் செய்கிறான்.

எண்ணத்தை சரியாக தேர்ந்தெடுத்து உண்மையாக எண்ணுவதன் மூலம் அவன் தெய்வீக செம்மை நிலைக்கு உயர்கிறான்.

கேடான, தவறான எண்ணங்களை எண்ணுவதன் மூலம் அவன் மிருக நிலையினும் தாழ்வான நிலைக்குச் செல்கிறான்.

இந்த இரு எல்லைகளுக்கு இடையே தான் அனைத்து குணவியல்புகளும் இருக்கின்றன.

அவற்றை உருவாக்குபவனும் அவற்றின் தலைவனும் மனிதன் தான்.

ஆற்றல், அறிவு மற்றும் அன்பு ஆகியவற்றை
கொள்ள தகுதியுடையவனாய் இருந்து
தனது எண்ணங்களுக்கு தானே தலைவன்
என்ற பொறுப்பை வகிக்கும் மனிதன்
அனைத்து சூழல்களுக்குமான
திறவுகோலைப் பெற்றிருக்கிறான்.

EIGHTH EVENING

Whatsoever you harbour in the inmost chambers of your heart will, sooner or later, by the inevitable law of reaction, shape itself in your outward life.

Every soul attracts its own, and nothing can possibly come to it that does not belong to it. To realize this is to recognize the universality of Divine Law.

If thou would'st right the world,
And banish all its evils and its woes.
Make its wild places bloom,
And its drear deserts blossom as the rose-
Then right thyself.

தமிழில் : சே. அருணாசலம்

எட்டாம் நாள் மாலை

உங்கள் இதயத்தின் ஆழத்தில் நீங்கள் எதை ஊக்குவித்தாலும் சரி,
அது விரைவாகவோ அல்லது ஒரு காலத்திற்கு பின்போ,
வினை-எதிர்வினை என்ற தவிர்க்க இயலாத விதியின்படி
உங்கள் புறவாழ்வில் அது வெளிப்படுவதற்கான சூழல்
உருவாகும்.
ஒவ்வொரு ஆன்மாவும் அதற்கு சொந்தமானதையே ஈர்க்கிறது,
அதற்கு சொந்தமில்லாத எதுவும் அதனிடம் வர முடியாது.
இதை உணர்ந்து கொள்வது என்பது பிரபஞ்சமெங்கும்
செயல்படும் தெய்வீக விதியை அடையாளம் காண்பதாகும்.

உலகை நீங்கள் சரிப்படுத்த எண்ணினால்,
அதன் அனைத்து துன்பங்களையும்
அவலங்களையும் போக்க எண்ணினால்,
அதன் வன்மை மென்மையாக மலர எண்ணினால்,
அதன் பாலைவனங்கள் ரோஜா வனங்களாக மாற விரும்பினால்,
உங்களை நீங்கள் சரிப்படுத்திக் கொள்ளுங்கள்.

NINTH MORNING

Whatever conditions are rendering your life burdensome,

you may pass out of and beyond them by developing and utilizing

within you the transforming power of self-purification

and self-conquest.

Before the divine radiance of a pure heart all darkness vanishes and

all clouds melt away, and he who has conquered self

has conquered the universe.

He who sets his foot firmly upon the path of self-conquest,

who walks, aided by the staff of faith,

the highway of self-sacrifice,

will assuredly achieve the highest prosperity,

and will reap abounding and enduring joy and bliss.

தமிழில் : சே. அருணாசலம்

ஒன்பதாம் நாள் காலை

உங்கள் வாழ்வை எந்தவொரு சூழல்
பாரமாக்கிக் கொண்டிருந்தாலும்
நீங்கள் அதைக் கடந்து மேற்செல்வீர்கள்,

மனத்தகத்தின் மாசு அறுத்தல்
மற்றும் தன்னை வெல்லுதல்
என்ற உங்களுக்குள் இருக்கும்
மாற்றத்துக்கான ஆற்றல்களை
வளர்த்து பயன்படுத்துவதன் வாயிலாக.

ஒரு தூய்மையான இதயத்தின்
தெய்வீக ஒளியின் முன்பு
அனைத்து இருளும் மறைந்து போகும்.
அனைத்து மேகங்களும் கலைந்து போகும்.
எவன் தன்னை வெல்கிறானோ
அவன் அகிலத்தையே வென்றவன் ஆகிறான்.

தன்னை வெல்லுதல் என்ற பாதையில் உறுதியாக அடியெடுத்து வைப்பவன்,
நம்பிக்கை என்னும் ஊன்றுகோலின் உதவியுடன் தன்னல தியாகம் என்னும் நெடுஞ்சாலையில் செல்பவன்,
நிச்சயம் மிக உயர்ந்த வளமான வாழ்வை அடைவான்.
நிலையான மகிழ்ச்சியையும், பேரருளையும் அறுவடை செய்வான்.

NINTH EVENING

It is the silent and conquering thought-forces which bring all things into manifestation. The universe grew out of thought.

To adjust all your thoughts to a perfect and unswerving faith

in the omnipotence and supremacy of Good, is to co-operate with that Good, and to realize within yourself the solution and destruction of all evil.

To mentally deny evil is not sufficient;

it must, by daily practice, be risen above and understood.

To affirm the Good mentally is inadequate;

it must, by unswerving endeavor,

be entered into and comprehended.

தமிழில் : சே. அருணாசலம்

ஒன்பதாம் நாள் மாலை

அமைதியாக வெற்றி கொள்ளும் எண்ணங்களின் ஆற்றல்களே அனைத்தையும் செயல்படுத்தி வெளிப்படுத்துகின்றன.

இந்தப் பிரபஞ்சம்
கருவான எண்ணத்திலிருந்து உருவானது.

பெருநன்மையின் எல்லையில்லாத
ஆற்றலில் நம்பிக்கை கொண்டு,
அதற்கேற்ப உங்கள் அனைத்து எண்ணங்களையும் சீர்படுத்திக்
கொள்வது என்பது,
அனைத்து தீமைகளையும்
அழிப்பதற்கான தீர்வை
உங்களுக்குள்ளேயே உணர்வதாகும்.

தீமையை மனதளவில் மறுப்பது போதுமானதல்ல.
தீமையைக் குறித்த புரிதலோடு
தினசரி நடவடிக்கைகளாலும்,
செயல்பாடுகளாலும்,
தீமையை விட்டு மேலெழ வேண்டும்.
மனதளவில் நன்மையை ஏற்பது போதுமானதல்ல.
உறுதியான ஊக்கத்துடன் அதில் உள்நுழைந்து, உணர்ந்து
செயல்பட வேண்டும்.

TENTH MORNING

Every thought you think is a force sent out.

Whatever your position in life may be, before you can hope to enter into any measure of success, usefulness, and power,

you must learn how to focus your thought-forces by cultivating calmness and repose. There is no difficulty, however great,

but will yield before a calm and purposeful concentration of thought, and no legitimate object but may be speedily actualized by the intelligent use and direction of one's soul forces.

Think good thoughts, and they will quickly become actualized in your outward life in the form of good conditions.

தமிழில் : சே. அருணாசலம்

பத்தாம் நாள் காலை

நீங்கள் எண்ணும் ஒவ்வொரு எண்ணமும் வெளியே
செலுத்தப்படும் ஆற்றலாகும்.

வாழ்வில் உங்கள் நிலை எதுவாக வேண்டுமானாலும்
இருக்கட்டும்,
எந்த ஒரு அளவிலான வெற்றி, பயன்பாடு மற்றும் ஆற்றல்
ஆகியவற்றை
அடைவதற்கான நம்பிக்கையை பெறுவதற்கு முன்,

சாந்த குணத்தையும் இளைப்பாறுதலையும் வளர்த்துக் கொண்டு,
உங்கள் எண்ண ஆற்றல்களை எவ்வாறு
கவனக் குவிதலோடு செயல்படுத்த வேண்டும்
என்று நீங்கள் கற்றுக் கொள்ள வேண்டும்.

எந்தவொரு பிரச்சினையும்,
எவ்வளவு கடினமானதாக இருந்தாலும்,
சாந்தமான, இலக்கைக் கொண்டிருக்கும்,
கவனக் குவிதலுடன் ஆன எண்ணத்திற்கு முன்
அடிபணியும்.
ஒருவன் தன் ஆன்ம ஆற்றல்களை
அறிவோடு இயக்கி செயல்படுத்தும் போது,
சாத்தியத்திற்கு உட்பட்ட ஒவ்வொரு இலக்கும் விரைவாக
அடையப்படும் சூழல் உருவாகும்.

நல் எண்ணங்களை எண்ணுங்கள்.
உங்கள் புறவாழ்வில் நல்ல சூழல்களாக அவை விரைவில்
உருவாகும்.

TENTH EVENING

That which you would be and hope to be,
you may be now.
Non-accomplishment resides in your perpetual postponement,
and, having the power to postpone,
you also have the power to accomplish –
to perpetually accomplish:
Realize this truth,
and you shall be to-day, and every day,
the ideal being of whom you dreamed.
Say to yourself,
"I will live in my Ideal now;
I will manifest my ideal now;
I will be my Ideal now;
and all that tempts me away from my Ideal
I will not listen to;
I will listen only to the voice of my Ideal."

தமிழில் : சே. அருணாசலம்

பத்தாம் நாள் மாலை

நீங்கள் எதுவாக வேண்டுமோ,
எதுவாக வேண்டும் என்று நம்பிக்கை கொண்டிருக்கிறீர்களோ,
அதுவாக நீங்கள் இப்போதே ஆகலாம்.

சாதிக்காமல் இருப்பதற்கு காரணம்
நீங்கள் அவ்வப்போது தள்ளிப்போடுவது தான்.

தள்ளிப்போடுவதற்கு ஆற்றல் பெற்றிருக்கும் நீங்கள்,
சாதிப்பதற்கும் ஆற்றல் பெற்றிருக்கிறீர்கள். அவ்வப்போது
சாதிப்பதற்கு ஆற்றல் பெற்றிருக்கிறீர்கள்;

இந்த உண்மையை உணருங்கள்.
நீங்கள் எப்படிப்பட்ட ஒருவராக இருக்கவேண்டும் என்று கனவு கண்டீர்களோ,
அப்படிப்பட்ட ஒருவராக
இன்றும், ஒவ்வொரு நாளும் நீங்கள் இருக்கலாம்.

உங்களுள் சொல்லிக் கொள்ளுங்கள்:
"நான் எனது குறிக்கோளில் இப்போது வாழ்வேன். எனது குறிக்கோளை இப்போது செயல்படுத்துவேன். எனது குறிக்கோளிலிருந்து
என்னைத் தூண்டி விலக்கும் எந்த ஒன்றின் குரலையும் நான் கேட்க மாட்டேன்.
எனது குறிக்கோளின் குரலை மட்டுமே நான் கேட்பேன்."

ELEVENTH MORNING

Be as a flower; content to be,

to grow in sweetness day by day.

If thou would'st perfect thyself in knowledge,

perfect thyself in Love.

If thou would'st reach the Highest,

ceaselessly cultivate a loving and compassionate heart.

To him who chooses Goodness, sacrificing all,

is given that which is more than, and includes, all.

தமிழில் : சே. அருணாசலம்

பதினோராம் நாள் காலை

மலராக இருங்கள்,

உங்கள் இருப்பில், திருப்தி கொள்ளுங்கள்,

இனிமையில் ஒவ்வொரு நாளும் வளர்வதற்கு.

உங்களை நீங்கள் அறிவில் செம்மைப்படுத்திக் கொள்வீர்கள் என்றால்,

அன்பில் உங்களை செம்மைப்படுத்திக் கொள்ளுங்கள்.

நீங்கள் மிக உயர்வானதை

அடைய வேண்டும் என்றால்

அன்பில் தவழும் இரக்கமான இதயத்தை

இடைவிடாமல் வளர்த்துக் கொள்ளுங்கள்.

நன்மையை தேர்ந்தெடுக்க வேண்டும் என்று

யாவற்றையும் துறக்கும் ஒருவனுக்கு

வழங்கப்படுவது,

அவன் துறந்ததைவிட அதிகமாகவும்,

துறந்தவை அனைத்தையும்

உள்ளடக்கியதாகவும் இருக்கும்.

ELEVENTH EVENING

The Great Law never cheats any man of his just due.

Human life, when rightly lived,

is simple with a beautiful simplicity.

He who comprehends the utter simplicity of life,

who obeys its laws,

and does not step aside into the dark paths

and complex mazes of selfish desire,

stands where no harm can reach him.

Then there is fullness of joy, abounding plenty,

and rich and complete blessedness.

தமிழில் : சே. அருணாசலம்

பதினோராம் நாள் மாலை

இயற்கை பெருநீதி எந்த ஒரு மனிதனையும் அவன் தனக்கு உரியதைப் பெறுவதிலிருந்து ஏமாற்றாது.

மனித வாழ்வு சரியாக வாழப்படும்போது, எளிமையானது ஆகும். அழகிய எளிமையுடன் அது விளங்கும்.

எவன் வாழ்வின் எளிமையைப் புரிந்து உணர்கிறானோ,

அதன் விதிகளைக் கடைபிடிக்கிறானோ, சுயநலத்தின் இருண்ட பாதைகளிலும்,

குழப்பமான சிக்கல்களிலும் கால் பதிக்காமல் இருக்கிறானோ,

அவன் எந்த துன்பமும் தாக்க முடியாத இடத்தில் நிற்கிறான்.

அப்போது மகிழ்ச்சி நிறைந்து காணப்படுகிறது. முழுமையான பேரருள் பொங்கி வழிகிறது.

TWELFTH MORNING

Every man reaps the results of his own thoughts and deeds,

and suffers for his own wrong.

He who begins right, and continues right,

does not need to desire, and search for felicitous results;

they are already at hand; they follow as consequences;

they are the certainties, the realities, of life.

Sweet is the rest and deep is the bliss of him

who has freed his heart

from its lusts and hatreds and dark desires.

தமிழில் : சே. அருணாசலம்

பன்னிரெண்டாம் நாள் காலை

ஒவ்வொரு மனிதனும் அவனது சொந்த எண்ணங்கள்
மற்றும் செயல்பாடுகளின்
விளைவுகளையே அறுவடை செய்கிறான்.
அவனது சொந்த தவறுகளுக்காக துன்புறுகிறான்.
எவன் சரியானதை தொடங்குகிறானோ,
சரியானதை தொடர்கிறானோ
அவன் ஆசைப்பட வேண்டிய தேவை இல்லை,
இனிமையான விளைவுகளை
எதிர்நோக்க வேண்டிய அவசியம் இல்லை.
அவை ஏற்கெனவே அவனிடம் இருக்கின்றன.
அவை பின்விளைவுகளாகத் தொடர்ந்து வரும்.
அவை வாழ்வின்
உறுதியான நிகழ்வுகள், நிதர்சனங்கள்.

எவன் ஒருவன் தன் உள்ளத்தை
அதன் இச்சைகள்,
காழ்ப்புணர்வுகள் மற்றும் இருண்ட ஆசைகள்
ஆகியவற்றிலிருந்து விடுவித்திருக்கிறானோ,
அவனே இனிமையான ஓய்வையும்,
ஆழமான பேரமைதியையும் அனுபவிப்பான்.

TWELFTH EVENING

You are the creator of your own shadows;

you desire, and then you grieve;

renounce, and then you shall rejoice.

Of all the beautiful truths pertaining to the soul, . . .

none is more gladdening or fruitful of divine promise

and confidence than this-

that man is the master of thought,

the moulder of character,

and the maker and shaper of character, environment, and destiny.

தமிழில் : சே. அருணாசலம்

பன்னிரெண்டாம் நாள் மாலை

உங்கள் சொந்த நிழல்களை
உருவாக்குபவர் நீங்கள் தான்.
நீங்கள் ஆசைப்படுகிறீர்கள்,
பின்பு துக்கப்படுகிறீர்கள்.
ஆசையை கைவிடுங்கள்,
பின்பு நீங்கள் மகிழ்ச்சியுறுவீர்கள்.
ஆன்மாவுக்கு வழங்கப்பட்ட அனைத்து அழகிய உண்மைகளில்,
இதைவிட மகிழ்ச்சி அளிக்கக் கூடியதாகவும்
அல்லது தெய்வீக சத்திய மொழியாகவும்
நம்பிக்கை அளிக்கக் கூடியதாகவும்
வேறு எதுவும் இல்லை –
அதாவது, மனிதன் தான் எண்ணத்தின் தலைவன்,
குணியியல்பின் வடிவமைப்பாளன்,
குணியியல்பு, சூழ்நிலை
மற்றும் விதியை உருவாக்குபவன், செதுக்குபவன்.

THIRTEENTH MORNING

As darkness is a passing shadow,

and light is a substance that remains,

so sorrow is fleeting, but joy abides for ever.

No true thing can pass away and become lost;

no false thing can remain and be preserved.

Sorrow is false, and it cannot live;

joy is true, and it cannot die.

Joy may become hidden for a time,

but it can always be recovered;

sorrow may remain for a period,

but it can be transcended and dispersed.

Do not think your sorrow will remain;

it will pass away like a cloud.

Do not believe that the torments of sin are ever your portion; they will vanish like a hideous nightmare.

Awake! Arise! Be holy and joyful.

தமிழில் : சே. அருணாசலம்

பதின்மூன்றாம் நாள் காலை

வெளிச்சம் என்ற நிலையான ஒன்றின்
குறுக்கே வந்துள்ள ஒரு பொருளின் நிழலைப் போன்றதே
இருள் என்கிற துக்கம்.
அது விரைவாக கடந்து சென்றுவிடும்.
ஆனால், மகிழ்ச்சியோ நிலைத்து நிற்கும். உண்மையான எந்த
ஒன்றும் மறைந்தோ, தொலைந்தோ போகாது.
எந்தப் பொய்யான ஒன்றையும் நிலைத்து நிற்கச் செய்ய
முடியாது, கட்டிக் காப்பாற்ற முடியாது.

துக்கம் பொய்யானது. அது வாழ முடியாது.
மகிழ்ச்சி உண்மையானது, அது இறக்க முடியாது.
மகிழ்ச்சி ஒரு காலத்திற்கு மறைந்து போகலாம். ஆனால்,
அதை எப்படியும் வெளிக்கொண்டு வந்து விடலாம்.
துக்கம் ஒரு காலத்திற்கு நிலைத்திருக்கும்.
ஆனால், அதைக் கடந்து விடலாம்.
சிதறடித்து விடலாம்.
உங்கள் துக்கம் நிரந்தரமாகத் தங்கிவிடும் என்று எண்ணாதீர்கள்.
அது மேகத்தைப் போல கடந்து சென்றுவிடும். பாவத்தினால்
விளைந்த துன்பங்கள் உங்கள் வாழ்வின் ஒரு பகுதி என்று
கருதாதீர்கள்.
திகிலை ஏற்படுத்திய ஏதோ ஓர் இரவைப்போல அது
மறைந்துவிடும்.
விழித்து எழுங்கள், புனிதமாகுங்கள், மகிழ்ச்சி கொள்ளுங்கள்.

THIRTEENTH EVENING

Tribulation lasts only so long as there remains some chaff
of self which needs to be removed.
The tribulum, or threshing machine,
ceases to work when all the grain is separated from the chaff; and
when the last impurities are blown away from the soul, tribulation
has completed its work,
and there is no more need for it;
then abiding joy is realized.
The sole and supreme use of suffering is to purify,
to burn out all that is useless and impure.
Suffering ceases for him who is pure.
There could be no object in burning gold
after the dross had been removed.

தமிழில் : சே. அருணாசலம்

பதின்மூன்றாம் நாள் மாலை

துன்பம் எதுவரை நீடிக்கும் என்றால்
நான் என்கிற அகம்பாவ உணர்வு
நீடிக்கும்வரை மட்டுமே.
அரிசியிலிருந்து உமி நீக்கப்பட்ட பின்பு
கதிரடிக்கும் இயந்திரம்
தன் வேலையை நிறுத்திக் கொண்டுவிடும்.
இறுதி மனமாசுகள்
உள்ளத்திலிருந்து நீங்கியவுடன்
துன்பங்கள் நின்றுவிடும்.
அது மேலும் வாட்டுவதற்கு
மனதில் எந்த அழுக்கும் இனி இல்லை.
நிலையான மகிழ்ச்சி உணரப்பட்டுவிடும்.
துன்பம் வாட்டுவதன் மூலக்காரணம்,
தூய்மைப்படுத்த வேண்டும் என்பதே,
தேவையற்றவைகளையும், களங்கமானவைகளையும்,
எரிக்க வேண்டும் என்பதே.
தூய்மையானவன்
துன்பத்திலிருந்து விடுபட்டு இருக்கிறான்.
செம்பொன்னிலிருந்து களிம்புகளை அகற்றிய பின்
அதை நெருப்பில் வாட்டுவதில்
எந்தப் பயனும் இல்லை.

FOURTEENTH MORNING

In speaking of self-control,

one is easily misunderstood.

It should not be associated with a destructive repression,

but with a constructive expression.

A man is happy, wise and great

in the measure that he controls himself;

he is wretched, foolish, and mean

in the measure that he allows his animal nature

to dominate his thoughts and actions.

He who controls himself,

controls his life, his circumstances, his destiny;

and wherever he goes

he carries his happiness with him as an abiding possession.

Renunciation precedes regeneration.

The permanent happiness which men seek in

dissipation, excitement, and abandonment to unworthy pleasures,

is found only in the life which reverses all this-

the life of self-control.

தமிழில் : சே. அருணாசலம்

பதினான்காம் நாள் காலை

சுயக்கட்டுப்பாடு குறித்து பேசும்போது, ஒருவன் எளிதில் தவறான புரிதலை கொள்கிறான். ஒன்றைக் கட்டுப்படுத்தி, அழிவுக்கான நோக்கில் அது செயல்படவில்லை,

ஆனால், ஒன்றை வெளிப்படுத்தி உருவாக்குதலுக்கான நோக்கில் அது செயல்படுகிறது.

ஒருவன் தன்னைக் கட்டுப்படுத்தி ஆளும் அளவுக்கு ஏற்ப மகிழ்ச்சியானவனாக, மெய்யறிவானவனாக, சிறந்தவனாக இருக்கிறான்.

தனது கீழ்நிலை உணர்வுகளை தனது எண்ணங்கள் மற்றும் செயல்பாடுகளில் ஆதிக்கம் செலுத்த அனுமதிக்கும் அளவுக்கு ஏற்ப கீழ்த்தரமானவனாக, முட்டாளாக, மோசமானவனாக இருக்கிறான்.

எவன் தன்னைக் கட்டுப்படுத்தி ஆள்கிறானோ, அவன் தன் வாழ்வை, தன் சூழலை, தன் விதியைக் கட்டுப்படுத்துகிறான். அவன் எங்கே சென்றாலும் தனது நிலையான உடைமையாக மகிழ்ச்சியை கூடவே அழைத்துச் செல்கிறான்.

புத்துருவாக்கத்திற்கு முன்பு இறுகப்பற்றிக் கொண்டிருப்பவைகளைத் துறப்பது நிகழ வேண்டும்.

மனிதர்கள் புலனின்ப இச்சைகளை ஈடேற்றுவதிலும், ஆர்ப்பரிப்பிலும், சுகபோகமற்ற கொண்டாட்டங்களை தவிர்ப்பதன் வாயிலாக நிரந்தர மகிழ்ச்சியை தேடுகிறார்கள்.

அந்த நிரந்தர மகிழ்ச்சியானது, இந்த வரிசைமுறையை மாற்றிப் போடுவதில் தான் அடங்கி இருக்கிறது. சுயக்கட்டுப்பாடான வாழ்வில் தான் அடங்கி இருக்கிறது.

FOURTEENTH EVENING

Law, not confusion, is the dominating principle in the universe; justice, not injustice is the soul and substance of life; and righteousness, not corruption, is the moulding and moving force in the spiritual government of the world.

This being so, man has but the right himself to find that the universe is right.

When I am pure,

I shall have solved the mystery of life;

I shall be sure, When I am free from hatred, lust and strife,

I am in Truth, and Truth abides in me;

I shall be safe, and sane, and wholly free,

When I am pure.

தமிழில் : சே. அருணாசலம்

பதினான்காம் நாள் மாலை

குழப்பம் அல்ல, நீதியே இந்தப் பிரபஞ்சத்தில் ஆதிக்கம் செலுத்துகின்ற கோட்பாடு ஆகும். அநியாயம் அல்ல, நியாயமே வாழ்க்கையின் ஆன்மாவும், சாரமும் ஆகும். தீமையல்ல, நன்மையே இந்த உலகின் ஆன்மீக அரசாங்கத்தை வடிவமைக்கும் ஆற்றல், செயல்படுத்தும் ஆற்றல்.

இது இவ்வாறு இருக்க, இந்தப் பிரபஞ்சம் சரியானது என்று கண்டுணர, ஒருவன் தன்னைத்தானே சரிப்படுத்திக் கொள்ள வேண்டியது அவசியம் ஆகும்.

நான் தூய்மையானவனாக இருக்கும்போது,

வாழ்வின் புதிருக்கான விடையை நான் கண்டிருப்பேன்.

காழ்ப்புணர்வு, புலனின்ப இச்சை மற்றும் சுயத்துக்காக போரிடுதல் ஆகியவற்றிலிருந்து நான் விடுபட்டிருக்கும்போது,

நான் உண்மையுள் வசிக்கிறேன், என்னுள் உண்மை வசிக்கிறது எனும்போது,

நான் பாதுகாப்பானவனாக, நிம்மதியானவனாக, சுதந்திரமானவனாக இருப்பேன்.

நான் தூய்மையானவனாக இருக்கும்போது.

FIFTEENTH MORNING

If men only understood

That their hatred and resentment,

Slays their peace and sweet contentment,

Hurts themselves, helps not another,

Does not cheer one lonely brother,

They would seek the better doing of good deeds which leaves no rueing-

If they only understood.

If men only understood

How Love conquers;

how prevailing Is its might,

grim hate assailing;

How compassion endeth sorrow,

Maketh wise, and doth not borrow Pain of passion,

they would ever Live in Love,

in hatred never-

If they only understood.

தமிழில் : சே. அருணாசலம்

பதினைந்தாம் நாள் காலை

மனிதர்கள் மட்டும் புரிந்து கொள்வார்களேயானால்
அவர்களது காழ்ப்புணர்வும் மனக்கசப்பும் அவர்களது
மனநிம்மதியையும், மனநிறைவையுமே அழிக்கின்றது,
அவர்களையே காயப்படுத்துகின்றது, இன்னொருவருக்கு
உதவுவதில்லை,
தனிமையில் வாடும் சகோதரன் ஒருவனை முகம்மலர
செய்வதில்லை என்று
அவர்கள் மட்டும் புரிந்து கொள்வார்களேயானால்,
அவர்கள் அதைவிட மேலான ஒன்றை மேற்கொள்வார்கள்.
எந்தத் தீங்கையும் தராதிருக்கும் நற்செயல்களைப் புரிவார்கள்.
அன்பு எப்படி வெற்றி கொள்கின்றது,
அதன் வலிமை தான் அளப்பரியது என்று காணும்போது,
வெறுப்பைத் தூக்கி எறிவார்கள்,
அவர்கள் மட்டும் புரிந்து கொள்வார்களேயானால்.

இரக்கத்தால் துக்கம் எவ்வாறு முடிவுறுகின்றது என்று அறியும்
போது,
மெய்யறிவானவர்கள் வெறியுணர்வு வேட்கையின் வலியை
மீண்டும் வாங்கமாட்டார்கள்,
என்றும் அன்பில் வாழ்வார்கள்.
காழ்ப்புணர்வில் ஒருபோதும் வாழமாட்டார்கள்.
அவர்கள் மட்டும் புரிந்து கொள்வார்களேயானால்.

FIFTEENTH EVENING

The grace and beauty that were in Jesus can be of no value to you-cannot be understood by you-unless they are also in you, and they can never be in you, until you practice them, for, apart from doing, the qualities which constitute Goodness do not, as far as you are concerned, exist. To adore Jesus for his good qualities is a long step towards Truth, but to practice those qualities is Truth itself; and he who fully adores the perfection of another will not rest content in his own imperfection, but will fashion his soul after the likeness of that other. Therefore thou who adorest Jesus for his divine qualities, practise those qualities Thyself, and thou too shalt be divine.

தமிழில் : சே. அருணாசலம்

பதினைந்தாம் நாள் மாலை

இயேசுவிடமிருந்த பெருந்தன்மையும்,
அழகிய குணங்களும்,
உங்களுக்கு எந்த பயனையும் தராது.

அவற்றை உங்களால் புரிந்துகொள்ளவும் முடியாது, அவை உங்கள் உள்ளும் இருந்தால் அன்றி.

நீங்கள் அவற்றை முயற்சித்து பார்க்கும்வரை,
அவை உங்களுள் இடம் பெறாது,
காரணம், நன்மையை உள்ளடக்கும் குணங்களைப் பொறுத்தவரை,
அவை நடைமுறைப்படுத்தப்பட்டால் மட்டுமே இருக்க முடியும்.

இயேசுவை, அவரது தெய்வீக குணங்களுக்காக போற்றுவது என்பது உண்மைப் பாதையை தொலைதூரத்தில் இருந்து பார்ப்பதாகும்.

எவனொருவன், இன்னொருவனின் குறைகளற்ற தன்மையை வியந்து போற்றுகிறானோ, அவன் தனது குறைகளை களையும்வரை ஓயமாட்டான்.

தனது ஆன்ம விசாரணையை அந்த நிறைகுணத்தை குறித்தே செலுத்துவான்.

எனவே, இயேசுவின் தெய்வீக குணங்களுக்காக அவரை போற்றுபவர்கள், அந்த தெய்வீக குணங்களை பயிற்சி செய்பவர்கள், அவர்களும் தெய்வீகமாக இருப்பார்கள்.

SIXTEENTH MORNING

Let a man realize that life in its totality proceeds from the mind, and lo, the way of blessedness is opened up to him! For he will then discover that he possesses the power to rule his mind and to fashion it in accordance with his Ideal. So will he elect to strongly and stead-fastly walk those pathways of thought and action which are altogether excellent; to him life will become beautiful and sacred; and, sooner or later, he will put to flight all evil, confusion, and suffering; for it is impossible for a man to fall short of liberation, enlightenment, and peace, who guards with unwearying diligence the gateway of his heart.

தமிழில் : சே. அருணாசலம்

பதினாறாம் நாள் காலை

மொத்த வாழ்வும் மனதிலிருந்தே புறப்படுகிறது என்று ஒருவன் உணரட்டும்.
எனவே, அருளாசிக்கான வழி அவனுக்கு திறந்தே இருக்கிறது.

தன் மனதை ஆளும் ஆற்றல் தனக்கிருக்கிறது என்பதை அவன் கண்டறிவான்,
தனது குறிக்கோளுக்கு ஏற்ப அவன் அதை வடிவமைப்பான்.

அருமையான எண்ணங்கள் மற்றும் செயல்பாடுகளின் பாதையை அவன் வலிமையாகத் தேர்ந்தெடுத்து,
அதில் உறுதியாக நடைபோடுவான்.

வாழ்வு அவனுக்கு அழகாகவும், புனிதமாகவும் மாறும்.
விரைவாகவோ அல்லது சில காலம் கழித்தோ, அனைத்து தீமை, குழப்பம் மற்றும் துன்பங்களை அவன் முடிவுக்கு கொண்டு வருவான்.

தன் இதயவாசலை இமைப்பொழுதும் விழிப்புடன் கண்காணிப்பவன்,
நிச்சயமாக மீட்புநிலை, மெய்யறிவு மற்றும் நிம்மதியை அடையாமல் இடறி விழமாட்டான்.

James Allen

SIXTEENTH EVENING

By constantly overcoming self,
a man gains a knowledge of the subtle intricacies of his mind; and
it is this divine knowledge
which enables him to become established in calmness.
Without self-knowledge
there can be no abiding peace of mind,
and those who are carried away by tempestuous passions,
cannot approach the holy place where calmness reigns.
The weak man is like one who,
having mounted a fiery steed,
allows it to run away with him,
and carry him withersoever it wills;
the strong man is like one who,
having mounted the steed,
governs it with a masterly hand
and makes it go in whatever direction
and at whatever speed he commands.

தமிழில் : சே. அருணாசலம்

பதினாறாம் நாள் மாலை

தன்னை தொடர்ந்து வெல்வதன் வாயிலாக,
ஒருவன் தன் மனதின் நுட்பமான நுணுக்கங்களைக் குறித்து புரிதலைப் பெறுகிறான்.
இந்தத் தெய்வீக அறிவே
அவனைச் சாந்தத்தில் நிலைபெறச் செய்கிறது. தன்னைப் பற்றிய அறிதல் இல்லாமல் மனநிம்மதியுடன் உறைய முடியாது. வெறியுணர்வால் அலைக்கழிக்கப்படுபவர்களால் சாந்தநிலை ஆள்கின்ற புனித பிரதேசத்தை நெருங்க முடியாது.
பலவீனமானவன் எப்படிப்பட்டவன் என்றால், கட்டுப்பாடின்றி ஓடும் வண்டியின் திருப்புவிசையை இயக்க இயலாமல், அதை அதன் இஷ்டத்திற்கு ஓடவிடுபவன் ஆவான்.
பலமானவன் யார் என்றால் வண்டியின் திருப்புவிசையை உரிய முறையில் இயக்கி
 தான் வேண்டும் திசையில்,
தான் வேண்டும் வேகத்தில்,
அதைச் செலுத்துபவன் ஆவான்.

SEVENTEENTH MORNING

There is no strife, no selfishness, in the Kingdom;
there is perfect harmony, equipoise, and rest.
Those who live in the Kingdom of Love,
have all their needs supplied by the Law of Love.
As self is the root cause of all strife And suffering,
so Love is the root cause of all peace and bliss.
Those who are at rest in the Kingdom,
do not look for happiness in any outward possessions.
They are freed from all anxiety and trouble and,
resting in Love,
they are the embodiment of happiness.

பதினேழாம் நாள் காலை

சுவர்க்கத்தில் எந்தப் பாடுபடுதலோ,
சுயநலமோ இல்லை.
அங்கே முழுமையான ஒத்திசைவு,
இளைப்பாறுதல் மற்றும் நிம்மதி இருக்கிறது.
அன்பின் சுவர்க்கத்தில் வாழ்பவர்களது தேவைகளை அந்த
அன்பின் விதிகளே நிறைவு செய்கின்றன.
அனைத்து இடர்பாடுகள் மற்றும் துன்பங்களுக்கும் சுயமே
மூலக்காரணம் என்பது போல,
எல்லா நிம்மதி மற்றும் பேரருளுக்கும்
அன்பே மூலக்காரணம்.
சுவர்க்கத்தில் இளைப்பாறுபவர்கள்
தங்கள் மகிழ்ச்சிக்காக புற உடைமைகளைத் தேடுவது இல்லை.
அனைத்துவகை பதட்டங்களிலிருந்தும், குழப்பங்களிலிருந்தும்
விடுபட்டு இருக்கிறார்கள்.

SEVENTEENTH EVENING

Let it not be supposed that the children of The Kingdom live in ease and indolence (these two sins are the first that have to be eradicated when the search for the Kingdom is entered upon); they live in a peaceful activity; in fact, they only truly live, for the life of self, with its train of worries, griefs, and fears, is not real life. The children of the Kingdom are Known by their life, they manifest the fruits of the Spirit–"Love, joy, peace, long-suffering, kindness, goodness, faithfulness, meekness, temperance, self-control"– under all circumstances and vicissitudes.

தமிழில் : சே. அருணாசலம்

பதினேழாம் நாள் மாலை

அன்பின் ஆட்சிப் பிரதேசத்தில் வாழும் சுவர்க்கத்தின் குழந்தைகள்
சுகபோக வசதிகளைப் பெற்று வாழ்வார்கள், உழைப்பில் கவனம் செலுத்தத் தேவையின்றி வாழ்வார்கள் என்று எண்ணக்கூடாது.
[உழைக்க வேண்டாம் என்னும் ஆசையும்,
சுகபோக ஆசைகளைப் பெற்று வாழவேண்டும் என்னும் ஆசையும்
சுவர்க்கத்திற்கான அந்தத் தேடல்
துவங்கிய உடன் கைவிட வேண்டிய
முதல் இரண்டும் பாவங்கள் ஆகும்].
சுவர்க்கத்தின் குழந்தைகள் தங்கள் கடமைகள் எதுவோ அவற்றில் நிம்மதியாக ஈடுபடுகிறார்கள். இன்னும் சொல்லப்போனால், அவர்கள் தான் உண்மையிலேயே வாழ்கிறார்கள். ஏன் என்றால், சுயநல வாழ்வைத் தொடரும் வருத்தங்களையும், கவலைகளையும், அச்சங்களையும், உண்மையான வாழ்வு என்று கூறமுடியாது.

மரம் அதன் கனியால் அறியப்படுவது போல, அன்பின் ஆட்சியில் இருக்கும் சுவர்க்கத்தின் குழந்தைகள், அவர்கள் வாழ்வால் அறியப்படுகிறார்கள்.
அன்பு, ஆனந்தம், நிம்மதி, நெடிய துன்பங்களை ஏற்பது, கனிவு, நல் எண்ணம், நம்பிக்கை, தயவு, உறுதி, சுயக்கட்டுப்பாடு என்னும் ஆன்மீக கனிகள் அவர்கள் வாழ்வின் எல்லா சூழல்களிலும், இக்கட்டான நேரங்களிலும் வெளிப்படுகின்றன.

EIGHTEENTH MORNING

The gospel of Jesus is a gospel of living and doing.

If it were not this it would not voice the Eternal Truth.

Its Temple is Purified Conduct,

the entrance-door to which is Self-surrender.

It invites men to shake off sin,

and promises, as a result, joy and blessedness and perfect peace.

The Kingdom of Heaven is perfect trust, perfect knowledge, perfect peace....

No sin can enter therein,

no self-born Thought or deed can pass its golden gates;

no impure desire can defile its radiant robes....

All may enter it who will,

but all must pay the price-

the unconditional abandonment of self.

தமிழில் : சே. அருணாசலம்

பதினெட்டாம் நாள் காலை

இயேசுவின் நற்செய்தி என்பது எடுத்துக்காட்டாக வாழ்ந்து காட்டுவதாகும்.
அது அவ்வாறு இல்லை என்றால் நிலையான உண்மையாக அது ஒலிக்க முடியாது.
பரிசுத்தமான நன்னடத்தைதான் அதன் கோயில்.
தான் என்ற அகம்பாவம் சரணடைவதே அதன் நுழைவாயில்.
பாவங்களை உதறித்தள்ள அது மனிதர்களுக்கு அழைப்பு விடுக்கிறது.
அதன் விளைவாக மகிழ்ச்சி, பேரருள் மற்றும் நிலையான நிம்மதியை உறுதியளிக்கிறது.

சுவர்க்கத்தின் ஆட்சி என்பது நிறைவான நம்பிக்கை, நிறைவான அறிவு, நிறைவான நிம்மதி.
அங்கே எந்த பாவமும் உள்நுழைய முடியாது.
தான் என்ற அகம்பாவம் கூடிய எண்ணமோ செயலோ அதன் பொற்கதவுகளை கடக்க முடியாது.
களங்கம் நிறைந்த எந்த ஆசையும்,
ஒளிவீசும் அதன் மேல் அங்கியை கறைப்படுத்த முடியாது. . . . .

யாவரும் சுவர்க்கத்திற்குள் நுழையலாம்
ஆனால், அதற்கு உரிய விலையை செலுத்த வேண்டும் "எந்த நிபந்தனையுமின்றி தன்னை மறுத்து இல்லாமல், இருக்கும் நிலை" தான் அந்த விலை

EIGHTEENTH EVENING

I say this-and know it to be truth-that circumstances can only affect you in so far as you allow them to do so. You are swayed by circumstances because you have not a right understanding of the nature, use, and power of thought. You believe (and upon this little word belief hang all our joys and sorrows) that outward things have the power to make or mar your life; by so doing you submit to those outward things, confess that you are their slave, and they your unconditional master. By so doing you invest them with a power which they do not of themselves possess, and you succumb, in reality not to the circumstances, but to the gloom or gladness, the fear or hope, the strength of weakness, which your thought-sphere has thrown around them.

தமிழில் : சே. அருணாசலம்

பதினெட்டாம் நாள் மாலை

நான் இதைச் சொல்கிறேன். அது உண்மை என்று அறிந்து கொள்ளுங்கள். நீங்கள் எந்த அளவு அனுமதிக்கிறீர்களோ அந்த அளவுதான் சூழ்நிலைகளால் உங்களை பாதிப்படையச் செய்ய முடியும். சூழ்நிலைகளால் நீங்கள் அலைக்கழிக்கப்படுவதற்கு காரணம்-, எண்ணத்தின் தன்மை, பயன்பாடு, ஆற்றல் குறித்த சரியான புரிதல் உங்களுக்கு இல்லை. நீங்கள் நம்புகிறீர்கள் (நம்பிக்கை என்ற இந்தச் சிறிய வார்த்தையில் நமது அனைத்து இன்பங்களும், துன்பங்களும் தொங்குகின்றன). புறச்சூழல்களுக்கு நமது வாழ்க்கையை ஆக்கவோ, அழிக்கவோ ஆற்றல் இருக்கிறது என்று நீங்கள் நம்புகிறீர்கள். அவ்வாறு செய்வதால் புறச்சூழல்களுக்கு நீங்கள் அடிபணிகிறீர்கள். நீங்கள் அதன் அடிமை என்று பறைசாற்றுகிறீர்கள். எந்த நிபந்தனையுமின்றி உங்களை ஆட்டுவிக்கலாம் என ஒப்புக் கொள்கிறீர்கள். அவ்வாறு செய்து அவற்றுக்கு இல்லாத ஆற்றலை நீங்கள் அவற்றுக்கு வழங்குகிறீர்கள். நீங்கள் பிணைக்கப்பட்டு இருக்கிறீர்கள். புறச்சூழல்களால் அல்ல, ஆனால், அவற்றை சுற்றி நீங்கள் எறிந்த எண்ண வளையத்தால், மகிழ்ச்சியாலோ அல்லது துக்கத்தாலோ, நம்பிக்கையாலோ அல்லது அச்சத்தாலோ, வலிமையாலோ அல்லது பலவீனத்தாலோ, பிணைக்கப்பட்டு இருக்கிறீர்கள்.

NINETEENTH MORNING

If you are one of those who are praying for, and looking forward to a happier world beyond the grave, here is a message of gladness for you-you may enter into and realize that happy world now; it fills the whole universe, and it is within you, waiting for you to find, acknowledge, and possess. Said one who understood the inner laws of Being-"When men shall say, lo here, or lo there, go not after them. The Kingdom of God is within you."

தமிழில் : சே. அருணாசலம்

பத்தொன்பதாம் நாள் காலை

இறப்பிற்கு பின் உள்ள மகிழ்ச்சியான உலகை வேண்டிக் கொண்டிருப்பவருள் நீங்கள் ஒருவர் என்றால் இங்கே உங்களுக்கு ஒரு மகிழ்ச்சியான செய்தி – அந்த மகிழ்ச்சியான உலகை நீங்கள் இப்போதே நுழைந்து உணரலாம், அது உங்கள் உள்ளேயே இருக்கிறது, நீங்கள் அதைக் காண்பதற்காக, ஏற்றுக் கொள்வதற்காக, உடைமையாக்கிக் கொள்வதற்காக காத்திருக்கிறது. இருப்பின், அகவிதிகளை உணர்ந்த ஒருவர் கூறியது – "மனிதர்கள் இங்கே செல்லுங்கள், அங்கே செல்லுங்கள் என்று சொல்லும்போது அவர்கள் பின் செல்லாதீர்கள். இறைவனின் ஆட்சிப் பிரதேசம் உங்கள் உள்ளேயே இருக்கிறது."

NINETEENTH EVENING

Heaven and hell are inward states.

Sink into self and all its gratifications, and you sink into hell;

rise above self into that state of consciousness

which is the utter denial and forgetfulness of self,

and you enter heaven.

So long as you persist in selfishly seeking

for your own personal happiness,

so long will happiness elude you,

and you will be sowing the seeds of wretchedness.

In so far as you succeed in losing yourself

in the service of others,

in that measure will happiness come to you,

and you will reap a harvest of bliss.

தமிழில் : சே. அருணாசலம்

பத்தொன்பதாம் நாள் மாலை

சுவர்க்கம் மற்றும் நரகம் ஆகியன உள்ளத்தின் நிலைகளே.

சுயத்திலும் அதன் அனைத்து ஆசைகளையும் ஈடேற்றிக்கொள்ள மூழ்குங்கள்.

நீங்கள் நரகத்தில் மூழ்குகிறீர்கள்.

சுயத்தை விட்டு மேலெழுங்கள்,

சுயத்தை அடியோடு மறுத்த,

மறந்த அந்த நிலைக்குச் செல்லுங்கள்,

நீங்கள் சுவர்க்கத்தில் நுழைகிறீர்கள்.

உங்கள் சொந்த மகிழ்ச்சியைத் தேடி சுயநலமாக நீங்கள் எந்த அளவு முனைகிறீர்களோ,

அந்த அளவு மகிழ்ச்சி உங்களை கைவிடும்.

நீங்கள் துன்ப விதைகளை விதைப்பீர்கள்.

மற்றவர்களுக்கான சேவையில் எந்த அளவு உங்களை நீங்கள் இழக்கிறீர்களோ,

அந்த அளவு மகிழ்ச்சி உங்களைத் தேடி வரும்,

நீங்கள் ஆனந்தத்தை அறுவடை செய்வீர்கள்.

TWENTIETH MORNING

Sympathy given can never be waste.

One aspect of sympathy is that of Pity

-pity for the distressed or pain-stricken,

with a desire to alleviate or help them in their sufferings.

The world needs more of this divine quality.

"For pity makes the world soft to the weak,

and noble for the strong.

Another form of sympathy is that of rejoicing with others

who are more successful than ourselves,

and though their success were our own.

தமிழில் : சே. அருணாசலம்

இருபதாம் நாள் காலை

வழங்கப்படும் இரக்கம்
ஒருபோதும் வீணாக முடியாது.
இரக்கத்தின் ஒரு கூறு என்பது பரிவிரக்கம்.
துன்பப்படுபவர்களுக்கு அல்லது
வலியை சுமப்பவர்களுக்கான பரிவிரக்கம், அவர்களை
அதிலிருந்து மீட்க அல்லது
அவர்கள் அதிலிருந்து மீள உதவுவது.
இந்த தெய்வீக குணம் உலகத்திற்கு அதிகம் தேவைப்படுகிறது.
காரணம்–, இரக்கம் தரும்போது,
எளியோர் உலகம் மென்மையாகும்,
வலியோர் உலகம் மேன்மையாகும்.

இரக்கத்தின் இன்னொரு கூறு என்பது மற்றவர்களது மகிழ்ச்சியில் கொண்டாடுவது,
நம்மை விட அதிக வெற்றி பெற்றவர்களுடன், அவர்களது வெற்றியை நமது வெற்றியைப்போல.

TWENTIETH EVENING

Sweet are companionships, pleasures, and material comforts, but they change and fade away.

Sweeter still are Purity, Wisdom, and the knowledge of Truth, and these never change nor fade away.

He who attained to the possession of spiritual things can never be deprived of his source of happiness;

he will never have to part company with it,

and wherever he goes in the whole universe,

he will carry his possessions with him.

His spiritual end will be the fulness of joy.

தமிழில் : சே. அருணாசலம்

இருபதாம் நாள் மாலை

கூட்டாக உடனிருப்பவர்கள்,
கேளிக்கை கொண்டாட்டங்கள் மற்றும்
சுகபோக வசதிகள் ஆகியவை
இனிமையானவை தான்.
ஆனால், அவை மாறிவிடும், வாடிவிடும்.
தூய்மை, மெய்யறிவு மற்றும் உண்மை குறித்த அறிவு இன்னும்
இனிமையானது.
அவை என்றும் மாறுவதோ அல்லது
வாடுவதோ இல்லை.
ஆன்மீக உடைமைகளை கைவரப்பெற்றவன், அவனது
மகிழ்ச்சியான ஆதாரத்தை இழக்கும் நிலையை அடைவது
இல்லை.
அவன் அவற்றை பிரியும் நிலை ஏற்படாது.
இந்த முழு பிரபஞ்சத்தில் அவன் எங்கு சென்றாலும், அவனது
ஆன்மீக உடைமைகளை எடுத்துச் செல்வான்.
முழு நிறைவான ஆனந்தமே
அவனது ஆன்மீக முடிவாக இருக்கும்.

TWENTY-FIRST MORNING

Let your heart grow and expand with ever-broadening love, until, freed from all hatred, and passion, and condemnation,

it embraces the whole universe with thoughtful tenderness.

As the flower opens its petals to receive the morning light,

so open your soul more and more to the glorious light of Truth. Soar upward on the wings of aspiration;

be fearless and believe in the loftiest possibilities.

தமிழில் : சே. அருணாசலம்

இருபத்தியோராம் நாள் காலை

என்றும் பரந்து விரியும் அன்பால்
உங்கள் இதயம் மலர்ந்து விரியட்டும்.
அனைத்து காழ்ப்புணர்வு, வெறியுணர்வு மற்றும்
கண்டனங்களிலிருந்து விடுபட்டு,
இந்த முழு பிரபஞ்சத்தையும்,
கவனம் நிறைந்த மென்மையுடன் தழுவட்டும். அதிகாலை ஒளியை பெறுவதற்கு
மொட்டு தன் இதழ்களைத் திறப்பது போல, உண்மையின் பேரொளிக்கு
உங்கள் ஆன்மா மேலும் மேலும் திறக்கட்டும்.
உயர்வு எண்ணங்களுக்கான ஊக்க சிறகுகளைக் கொண்டு
உயர பறங்கள்.
அச்சமற்று இருங்கள்.
அளவு கடந்த சாத்தியங்களை நம்புங்கள்.

TWENTY–FIRST EVENING

Mind clothes itself in garments of its own making.

Mind is the arbiter of life;

it is the creator and shaper of conditions,

and the recipient of its own results.

It contains within itself both the power to create illusion

and to perceive reality.

Mind is the infallible weaver of destiny;

thought is the thread,

good and evil deeds are the warp and woof,

and the web, woven upon the loom of life, is character.

இருபத்தியோராம் நாள் மாலை

மனமானது தான் உருவாக்கிய ஆடையை தானே அணிந்து கொள்கிறது.

வாழ்வை ஆட்டிவைப்பது மனமே.

சூழ்நிலைகளை உருவாக்குவதும், வடிவமைத்துக் கொள்வதும் மனம் தான்.

அதன் விளைவுகளை அனுபவிப்பதும் மனம் தான். அது தன் உள்ளே மாயையைத் தோற்றுவித்துக் கொள்ளும் ஆற்றலும் கொண்டுள்ளது.

உண்மையை உள்ளவாறே உணரும் ஆற்றலும் கொண்டுள்ளது.

விதி என்னும் ஆடையை நெய்யக்கூடிய மறுக்க முடியாத நெசவாளி மனம் தான்.

அந்த விதி என்னும் ஆடையின் மூலப்பொருளான ஒவ்வொரு நூலும், ஒவ்வொரு எண்ணமாகும். உள்ளத்தில் இழையோடும் எண்ணங்களிலிருந்து பிறக்கும் நற்செயல்களும் தீய செயல்களும்

ஊடும் பாய்வும் ஆகும்.

வாழ்வு என்னும் தறியில்

நெய்யப்படும் நூலிழைகளே குணமாகும்.

உங்கள் இதயத்தை தூய்மை ஆக்குங்கள்.

நீங்கள் வாழ்வை வளமாக, இனிமையாக, அழகாக மாற்றுவீர்கள்.

துன்பங்களால் உங்கள் வாழ்வு சிதையாது.

TWENTY–SECOND MORNING

Cherish your visions; cherish your ideals;

cherish the music that stirs in your heart,

the beauty that forms in your mind,

the Loveliness that drapes your purest thoughts,

for out of them will grow all delightful conditions,

all heavenly environment;

of these, if you will remain true to them,

your world will at last be built.

Guard well thy mind, and, noble, strong, and free,

nothing shall harm, disturb or conquer thee;

For all thy foes are in thy heart and mind,

There also thy salvation thou shalt find.

தமிழில் : சே. அருணாசலம்

இருபத்தி இரண்டாம் நாள் காலை

உங்கள் மனக்கண்ணில் விரியும் எண்ணங்களை ஊக்குவியுங்கள்.

உங்கள் குறிக்கோள், இலக்குகளை ஊக்குவியுங்கள். உங்கள் இதயத்தை சுண்டி எழுப்பும் இசையை ஊக்குவியுங்கள்.

உங்கள் மனதில் உருவாகும் அழகை ஊக்குவியுங்கள்.

உங்கள் தூய்மைமிகு எண்ணங்களை எல்லாம் தழுவும் பேரழகை ஊக்குவியுங்கள்.

காரணம், அனைத்து இன்பமான சூழல்களும், சுவர்க்க நிலைகளும் அவற்றிலிருந்து உருவாகும். அவற்றுக்கு நீங்கள் உண்மையாக இருந்தால், உங்கள் உலகம் இறுதியில் கட்டப்படும்.

உங்கள் மனதை நன்கு பாதுகாத்திடுங்கள் – சிறந்ததாக, வலிமையானதாக, சுதந்திரமானதாக உங்களை எதுவும் துன்புறுத்தவோ, குழப்பவோ அல்லது ஆளவோ முடியாது. உங்களின் எல்லா எதிரிகளும் உங்கள் மனதின் உள்ளும், இதயத்தின் உள்ளுமே இருக்கிறார்கள். உங்கள் மீட்புக்கு உரியதையும் நீங்கள் அங்கேயே காண்பீர்கள்.

TWENTY-SECOND EVENING

Dream lofty dreams,

and as you dream so shall you become.

Your vision is the promise of what you shall one day be;

your Ideal is the prophecy of what you shall at last unveil.

The greatest achievement was at first and for a time a dream.

The oak sleeps in the acorn;

the bird waits in the egg;

and in the highest vision of the soul a waking angel stirs.

Your circumstances may be uncongenial,

but they shall not long remain so

when you perceive an Ideal and strive to reach it.

தமிழில் : சே. அருணாசலம்

இருபத்தி இரண்டாம் நாள் மாலை

பெரும் கனவுகளைக் காணுங்கள்.
அவ்வாறு காண நீங்கள் அதுவாகவே மாறுவீர்கள். உங்கள் மனக்கண் காட்சியே நீங்கள் ஒரு நாள் எதுவாக இருப்பீர்கள் என்பதற்கான அத்தாட்சி ஆகும்.
உங்கள் குறிக்கோள் என்பது நீங்கள் இறுதியில் எதை அடைய இருக்கிறீர்களோ அதற்கான தீர்க்கதரிசனம்.
மிகப்பெரும் சாதனையும், முதலில் கனவாகத் தான் இருந்தது.
ஒரு காலத்திற்கு கனவாகத் தான் இருந்தது. மிகப்பெரும் காட்டு மரம்,
ஒரு விதைக்குள் தூங்கிக் கொண்டு இருக்கிறது.
ஒரு பறவை, முட்டைக்குள் காத்துக் கொண்டு இருக்கிறது.
ஆன்மா காணும் உயர்ந்த மனக்கண் காட்சியை, விழிப்புடனான தேவதை ஒன்று
வெளிப்படுத்திக் கொண்டிருக்கிறது.
உங்கள் சூழ்நிலைகள், இப்போது பொருத்தமற்றதாக இருக்கலாம்.
ஆனால், நீங்கள் ஒரு குறிக்கோளைக் கொண்டு அதை அடைய முயற்சிக்கும் போது,
அது அவ்வாறு இல்லாமல் ஏற்றதாக மாறும்.

TWENTY-THIRD MORNING

He who has conquered doubt and fear has conquered failure.

His every thought is allied with power,

and all difficulties are bravely met and wisely overcome.

His purposes are seasonably planted,

and they bloom and bring forth fruit

which does not fall prematurely to the ground.

Thought allied fearlessly to purpose becomes creative force:

He who knows this is ready to become something higher and stronger than a mere bundle of wavering thoughts and fluctuating sensations;

He who does this has become the conscious and intelligent wielder of his mental powers.

தமிழில் : சே. அருணாசலம்

இருபத்தி மூன்றாம் நாள் காலை

எவன் சந்தேகத்தையும் அச்சத்தையும் வென்று அடக்கி ஆள்கிறானோ,

அவன் தோல்வியை வென்று அடக்கி ஆள்கிறான். அவனது ஒவ்வொரு எண்ணமும்,

ஆற்றலுடன் பிணைந்திருக்கிறது.

அனைத்து பிரச்சினைகளும் துணிவுடன் எதிர்கொள்ளப்படுகின்றன.

மெய்யறிவுடன் கடந்து வரப்படுகின்றன.

அவனது குறிக்கோள்கள் உரிய காலத்தில் நடப்படுகின்றன.

அவை பூத்து, காய்த்து, கனிகளை விளைவிக்காமல் போவது இல்லை.

குறிக்கோளை நிறைவேற்ற அச்சமின்றி எண்ணப்படும் எண்ணம் படைப்பாற்றலாக மாறுகிறது.

இதை அறிந்தவன், அலைபாயும் எண்ணக் குவியல்கள் மற்றும் மாறிக்கொண்டே இருக்கும் புலனின்ப உணர்வுகள் ஆகியவற்றின் கூட்டு என வெறுமையாக இல்லாமல்,

அதைக் கடந்து வலிமையாகவும், உயர்வாகவும் மாற தயாராகிக் கொண்டு இருக்கிறான்;

எவன் இதைச் செய்கிறானோ அவன் தன் மனஆற்றல்களை உணர்வோடும், மெய்யறிவோடும் செலுத்துபவனாகிறான்.

TWENTY-THIRD EVENING

Man's true place in the Cosmos is that of a king, not a slave,

A commander under the Law of Good,

and not a helpless tool in the region of evil.

I write for men, not for babes;

for those who are eager to learn, and earnest to achieve;

for those who will put away (for the world's good)

a petty personal indulgence, a selfish desire, a mean thought,

and live on as though it were not, sans craving and regret.

Man is a master. If he were not, he could not act contrary to law.

Evil and weakness are self destructive.

The universe is girt with goodness and strength,

and it protects the good and the strong.

The angry man is the weak man.

தமிழில் : சே. அருணாசலம்

இருபத்தி மூன்றாம் நாள் மாலை

இந்தப் பிரபஞ்சத்தில் மனிதனுக்குரிய உண்மையான நிலை என்பது ஓர் அரசனுக்குரிய நிலை, அடிமைக்குரிய நிலை அல்ல.
நன்மையின் நீதிக்கு கீழ் செயல்படும் ஒரு கட்டளை தளபதி, தீமையின் பிரதேசத்தில் இருக்கும் ஒரு பயன்படாத கருவி அல்ல.
நான் மனிதர்களுக்கு எழுதுகிறேன்,
சிறுபிள்ளைத்தனமானவர்களுக்கு அல்ல; கற்றுக்கொள்ள ஆர்வம் கொண்டிருப்பவர்களுக்கு, சாதிப்பதற்கு மனமார்ந்து முயற்சி செய்பவர்களுக்கு,

[உலகின் நன்மைக்காக]
ஓர் அற்பமான தன்னை முன்னிறுத்தும் நிலையை, ஒரு சுயநல ஆசையை,
ஒரு கீழ்நிலை எண்ணத்தை
ஏங்காமல், வருந்தாமல் கைவிடுபவர்களுக்கு,
அது அறவே இல்லாதது போல் வாழ்பவர்களுக்கு.

மனிதன் என்பவன் தலைவன் ஆவான்.
அவன் அவ்வாறு இல்லையென்றால்,
நீதியின் விதிகளை மீறி செயல்படுவதற்கான ஆற்றலோ, அதிகாரமோ அவனிடம் இருக்காது.
தீமையும், பலவீனமும் தம் இயல்பால் அழிவை ஏற்படுத்தக் கூடியவை.
நன்மையும், வலிமையும், பிரபஞ்சத்தில் நிறைந்து இருக்கின்றன.
நன்மையானதையும், வலிமையானதையும் அது பாதுகாக்கும்.
கோபம் கொள்ளும் மனிதன் பலவீனமானவன் ஆவான்.

TWENTY-FOURTH MORNING

Not by learning will a man triumph over evil;

not by much study will he overcome sin and sorrow.

Only by conquering himself will he conquer evil;

only by practising righteousness will he put an end to sorrow.

Not for the clever, nor the learned,

nor the self-confident is the Life Triumphant,

but for the pure, the virtuous and wise.

The former achieve their particular success in life,

But the latter alone achieve the great success so invincible and complete that even in apparent defeat it shines with added victory.

தமிழில் : சே. அருணாசலம்

இருபத்தி நான்காம் நாள் காலை

நூல்களைக் கற்பதன் மூலமாக,
ஒருவன் தீமையை வெல்வது இல்லை.
வேத நூல்களைக் கற்பதன் வாயிலாக
அவன் பாவத்தையும், துக்கத்தையும் கடப்பது இல்லை.
தன்னை அவன் வெல்வதன் வாயிலாகவே
அவனால் தீமையை வெல்ல முடியும்.
நன்மையைக் கடைப்பிடிப்பதன் மூலமாகவே அவனால்
துக்கத்திற்கு ஒரு முடிவை கொண்டுவர முடியும்.
புத்திசாலிகளுக்கோ, மெத்தப் படித்தவர்களுக்கோ அல்லது
தன்மீது அதீத நம்பிக்கை கொண்டவர்களுக்கோ
உரியதல்ல வெற்றிகரமான வாழ்வு.
ஆனால் உள்ளத் தூய்மையானவர்களுக்கு,
அறநெறி கடைப்பிடிப்பவர்களுக்கு, மெய்யறிவானவர்களுக்கே.
முதலில் குறிப்பிடப்பட்டவர்கள் தங்கள் வாழ்வில் குறிப்பிட்ட
வெற்றியைப் பெறுவார்கள்.
ஆனால் அடுத்து குறிப்பிடப்பட்டவர்களே வெல்ல இயலாத
முழுமையான பெரும் வெற்றியைப் பெறுவார்கள்.
அது ஒருவேளை தோல்வி அடைந்த தோற்றத்தைத் தந்தாலும்
கூடுதலான வெற்றியாக மின்னும்.

TWENTY-FOURTH EVENING

The true silence is not merely a silent tongue; it is a silent mind.

To merely hold one's tongue,

and yet to carry about a disturbed and rankling mind,

is no remedy for weakness, and no source of power.

Silentness, to be powerful, must envelop the whole mind,

must permeate every chamber of the heart;

it must be the silence of peace.

To this broad, deep, abiding silentness a man attains only in the measure that he conquers himself.

தமிழில் : சே. அருணாசலம்

இருபத்தி நான்காம் நாள் மாலை

உண்மையான மவுனம் என்பது மவுனமாக இருக்கும் வெறும் நாவு அல்ல.

அது ஒரு மவுனமான மனம்.

ஒருவன் தன் நாவை மட்டும் அடக்கிக் கொண்டு, அதேவேளை, குழப்பமான அலைபாயும் மனதைக் கொண்டிருப்பது பலவீனத்திற்கான தீர்வு அல்ல, எந்த ஆற்றலுக்குமான ஆதாரம் அல்ல.

மவுனம், ஆற்றல் மிக்கதாக இருக்க வேண்டும் என்றால், முழு மனதையும் தழுவி இருக்க வேண்டும். இதயத்தின் ஒவ்வொரு அறையையும் ஊடுருவி இருக்க வேண்டும். அது நிம்மதியான மவுனமாக இருக்க வேண்டும். இந்தப் பரந்த, ஆழமான, உடன் உறையும் மவுனத்தை ஒருவன் தன்னை எந்த அளவிற்கு வெல்கிறானோ அந்த அளவிற்கே அடைய முடியும்.

TWENTY-FIFTH MORNING

By curbing his tongue, a man gains possession of his mind.

The fool babbles, gossips, argues, and bandies words.

He glories in the fact that he has had the last word,

and has silenced his opponent.

He exults in his own folly, is ever on the defensive,

and wastes his energies in unprofitable channels.

He is like a gardener who continues to dig and plant in unproductive soil.

The wise man avoids idle words, gossips, vain argument, and self-defence.

He is content to appear defeated;

rejoices when he is defeated;

knowing that, having found and removed another error in himself, he has thereby become wiser.

Blessed is he who does not strive for the last word.

தமிழில் : சே. அருணாசலம்

இருபத்தி ஐந்தாம் நாள் காலை

ஒருவன் தன் நாவை அடக்குவதால்,
தன் மனதின் மீது ஒரு கட்டுப்பாட்டைப் பெறுகிறான்.

முட்டாள் பிதற்றுகிறான், புரளி பேசுகிறான், வாதம் செய்கிறான், வார்த்தைகளை வாரியிறைக்கிறான். தன் எதிரியை வாய்மூடச் செய்து இறுதி வார்த்தை தன்னுடையதாக இருந்ததை எண்ணி ஆனந்த களிப்படைகிறான்.
தனது முட்டாள்தனத்தை தானே மெச்சிக்கொள்கிறான்.
எப்போதும் தற்காப்பில் ஈடுபடுகிறான், தேவைப்படாத வழித்தடங்களில் தன் ஆற்றலை வீணாக்குகிறான்.
எதுவும் விளையாத வறண்ட நிலத்தில் தொடர்ந்து தோண்டி நடும் தோட்டக்காரன் போன்றவன் அவன்.

மெய்யறிவானவன் பயனில்லா வார்த்தைகளை, புரளிகளை, தேவையற்ற வாக்குவாதங்களை, தற்காப்பை தவிர்க்கிறான். தோற்கடிக்கப்பட்ட தோற்றத்தைக் கொண்டிருப்பதால், நிறைவடைகிறான். உண்மையாக தோற்கடிக்கப்படும்போது மகிழ்கிறான்.
தன்னுள் இருக்கும் ஒரு குறையைக் கண்டு,
அதை நீக்குவதால், அவன் மேலும் மெய்யறிவுடையவன் ஆகிறான்.

இறுதி வார்த்தை தனதாக விருப்பம் கொள்ளாதவனே பேரருள் பெற்றவன்.

TWENTY-FIFTH EVENING

Desire is the craving for possession;

aspiration is the hunger of the heart for peace.

The craving for things leads ever farther and farther from peace, and not only ends in deprivation,

but is in itself a state of perpetual want.

Until it comes to an end, rest and satisfaction are impossible.

The hunger for things can never be satisfied,

but the hunger for peace can,

and the satisfaction of peace is found-is fully possessed,

when all selfish desire is abandoned.

Then there is fullness of joy, abounding plenty, and rich and complete blessedness.

தமிழில் : சே. அருணாசலம்

இருபத்தி ஐந்தாம் நாள் மாலை

பொருட்களை உரிமையாக்கிக் கொள்வதற்கான தவிப்பு என்பது ஆசையாகும்.

நிம்மதிக்கான இதயத்தின் பசி என்பது உயர்வு எண்ணுதலுக்கான ஊக்கம் ஆகும்.

பொருட்களை அடைவதற்கான தவிப்பு, நிம்மதியிலிருந்து மேலும் மேலும் தொலைவிற்கு இட்டுச் செல்லும்.

அது இழப்பைச் சந்திக்காமல் முடிவுறாது என்பது மட்டும் அல்ல, அதன் இயல்பு நிலையே இல்லாததை அடைய வேண்டும் என்பது தான்.

அது ஒரு முடிவுக்கு வரும்வரை ஓய்வும், மனநிறைவும் சாத்தியம் இல்லாதவை.

பொருளுடைமைக்கான பசியை ஒருபோதும் தீர்க்க முடியாது.

ஆனால், நிம்மதிக்கான பசியைத் தீர்க்க முடியும். எல்லா சுயநல ஆசைகளையும் கைவிடும்போது, நிம்மதிக்கான பசி தீரும்.

நிம்மதியை அடைந்த மனநிறைவு ஏற்படும்.

அப்போது மகிழ்ச்சி ததும்பும், பேரருள் நிறைந்து வழியும்.

TWENTY-SIXTH MORNING

A man will reach the Kingdom by purifying himself,
and he can only do this by pursuing a process
of self-examination and self-analysis.
The selfishness must be discovered and understood
before it can be removed.
It is powerless to remove itself,
neither will it pass away of itself.
Darkness ceases only when light is introduced;
so ignorance can only be dispersed by knowledge,
selfishness by love.
A man must first of all be willing to lose himself (his self-seeking)
before he can find himself (his Divine Self).
He must realize that selfishness is not worth clinging to,
that it is a master altogether unworthy of his service,
and that divine goodness alone
is worthy to be enthroned in his heart,
as the supreme master of his life.

தமிழில் : சே. அருணாசலம்

இருபத்தி ஆறாம் நாள் காலை

ஒருவன் தன் மனத்தகத்தின் மாசுகளை அறுப்பதால், சுவர்க்க நிலையை அடைவான்.
சுயபரிசோதனை, சுய-ஆய்வு ஆகியவற்றை மேற்கொள்வதன் வாயிலாகவே ஒருவன் அதை அடைய முடியும்.
சுயநலம் நீக்கப்படுவதற்கு முன்
அது கண்டுணரப்பட வேண்டும்,
புரிந்து கொள்ளப்பட வேண்டும்.
அதற்கு என்று தனியே எந்த ஆற்றலும் இல்லை, தன்னால் நீங்கிக் கொள்வதற்கு.
தானாக அது நீங்கியும் கொள்ளாது.
ஒளி புகும்போது தான் இருள் நீங்கும்.
அறிவு தான் அறியாமையை சிதறடிக்க முடியும். அன்பால் தான் சுயநலம் ஒழியும்.
ஒருவன் அனைத்துக்கும் முதலாக தன்னை (தன் சுயநாட்டத்தை) இழப்பதற்கு தயாராக இருக்க வேண்டும்.
அதன் பின்பே அவன் தன்னைக் (தன் தெய்வீக தன்னியல்பை) காண முடியும்.
சுயநலமானது தோற்றிக் கொள்வதற்கு
தகுதியானது அல்ல என்று அவன் உணர வேண்டும்.
அவனது சேவையைப் பெற்றுக் கொள்ளும்
தகுதி படைத்த எஜமானன் அது அல்ல.
தெய்வீக நன்மையே அவனது இதயத்தில் வீற்றிருக்க வேண்டிய,
அவனது வாழ்வின் எஜமானன் என்று அவன் உணர வேண்டும்.

James Allen

TWENTY–SIXTH EVENING

Be still, my soul, and know that peace is thine.
Be steadfast, heart,
and know that strength divine Belongs to thee;
cease from thy turmoil, mind,
And thou the Everlasting Rest shalt find.
If a man would have peace, let him exercise the spirit of peace;
if he would find Love, let him dwell in the spirit of Love;
if he would escape suffering, let him cease to inflict it;
if he would do noble things for humanity,
let him cease to do ignoble things for himself.
If he will but quarry the mine of his own soul,
he shall find there all the materials for building whatsoever he will,
and he shall find there also the Central Rock on which to build in safety.

தமிழில் : சே. அருணாசலம்

இருபத்தி ஆறாம் நாள் மாலை

சலனமற்று இரு என் ஆன்மாவே,
அமைதி உனக்கானது என்று தெரிந்துகொள்.
பற்றுறுதியோடு இரு என் நெஞ்சே,
தெய்வீக வலிமை உனக்கானதே
என்று உணர்ந்து கொள்.
கொந்தளிப்பிலிருந்து விலகி இரு மனமே,
என்றும் நிலைத்திருக்கும் இளைப்பாறுதலை காண்பாய்.
ஒருவன் நிம்மதியை வேண்டுகிறான் என்றால்,
அவன் நிம்மதியின் தன்மைகளை வாழ்வில் கடைப்பிடிக்கட்டும்.
அவன் அன்பைக் காண வேண்டும் என்றால்,
அன்பின் உணர்வலைகளில் திளைக்கட்டும்.
துன்பம் அவனை அண்டாமல் இருக்க வேண்டும் என்றால்,
அதை அவன் யார் மீதும் சாற்றாமல் இருக்கட்டும். மனித
குலத்திற்கு அவன் சிறந்ததைச் செய்ய எண்ணினால்,
தனக்கு அவன் தீங்கிழைத்துக் கொள்வதை
நிறுத்திக் கொள்ளட்டும்.
ஒருவன் தன் ஆன்ம சுரங்கத்தைத் தோண்டினால், அவன்
எதை கட்டமைக்க விரும்புகிறானோ
அதற்கு தேவையான அனைத்து பொருட்களையும் காண்பான்.
அதை பாதுகாப்பாக கட்டுவதற்கு அடித்தளமாகவுள்ள
மையப்பாறையையும் காண்பான்.

TWENTY-SEVENTH MORNING

Men go after much company,
and seek out new excitements,
but they are not acquainted with peace;
in diverse paths of pleasure they search for happiness,
but they do not come to rest;
through diverse ways of laughter and feverish delirium
they wander after gladness and life,
but their tears are many and grievous,
and they do not escape death.
Drifting upon the ocean of life in search of selfish indulgences,
men are caught in its storms,
and only after many tempests and much privation
do they fly to the Rock of Refuge
which rests in the deep silence of their own being.

தமிழில் : சே. அருணாசலம்

இருபத்தி ஏழாம் நாள் காலை

மனிதர்கள் பல பேர்களின் துணையை நாடுகிறார்கள்.
புதிய வேட்கைகளில் ஈடுபடுகிறார்கள்.
ஆனால், அவர்கள் நிம்மதியடைவது இல்லை. பல்வேறுவகை கொண்டாட்டமான வழித்தடங்களில் அவர்கள் மகிழ்ச்சியைத் தேடுகிறார்கள்.
ஆனால், அவர்களின் தேடல் ஒரு முடிவுக்கு வருவது இல்லை. பலவகை வேடிக்கை கேளிக்கைகளாலும், காய்ச்சலூட்டும் வினோத செயல்பாடுகளாலும் வாழ்வையும் உல்லாசத்தையும் நாடி அவர்கள் அலைகிறார்கள்.
ஆனால், அவர்கள் வடிக்கும் கண்ணீர் அதிகம். அவர்கள் இறப்பிலிருந்து தப்புவதில்லை.
தன்முனைப்பு, தன்னை முன்னிலைப்படுத்துதல் ஆகியவற்றை நோக்கி
வாழ்வு என்னும் கடலில்
மனிதர்கள் பயணிக்கிறார்கள்.
அதன் சூறைக்காற்றில் சிக்குகிறார்கள்.
பல புயல்களால் அலைக்கழிக்கப்பட்டு பின்பே தங்கள் இருப்பில் ஆழமான அமைதி
என்னும் அடைக்கலம் தரும் பாறையில் இளைப்பாறுகிறார்கள்.

TWENTY-SEVENTH EVENING

Meditation centered upon divine realities
is the very essence and soul of prayer.
It is the silent reaching upward of the soul toward the Eternal.
Meditation is the intense dwelling,
in thought, upon an idea or theme
with the object of thoroughly comprehending it;
and whatsoever you constantly meditate upon,
you will not only come to understand,
but will grow more and more into its likeness,
for it will become incorporated with your very being,
will become, in fact, your very self.
If, therefore, you constantly dwell upon that which is selfish and debasing,
you will ultimately become selfish and debased;
if you ceaselessly think upon that which is pure and unselfish, you will surely become pure and unselfish.

தமிழில் : சே. அருணாசலம்

இருபத்தி ஏழாம் நாள் மாலை

தெய்வீக உண்மைகள் குறித்த தியானமே பிரார்த்தனையின்
ஆன்மாவும், சாரமும் ஆகும். என்றும் நிலைபெற்ற ஒன்றை நாடும்
ஆன்மாவின் மவுனமான பயணம்.
தியானம் என்பது ஒரு எண்ணம்,
ஒரு கருத்து அல்லது ஒரு சிந்தனையில்
தீவிரமாக உழல்வது,
அதைக் குறித்த முழுமையான
புரிதல் ஏற்படும் வரை.
எதை நீங்கள் தொடர்ந்து தியானிக்கிறீர்களோ, அதை நீங்கள்
புரிந்து கொள்வது மட்டும் அல்ல, ஆனால், அதை மேலும்
மேலும் விரும்புவீர்கள்.
அது உங்களுள் ஒன்றி கலந்துவிடும். உங்களானதாகவே அது மாறிவிடும்.
எனவே,
நீங்கள் சுயநலமானதையும் இழிநிலையானதையும் தொடர்ந்து
எண்ணி உழல்வீர்கள் என்றால்,
சுயநலமானவராகவும் இழிவானவராகவும்
ஒரு கட்டத்தில் நீங்கள் மாறுவீர்கள்.
நீங்கள் தூய்மையானதையும் சுயநலமற்றதையும் இடையறாது
எண்ணினால்,
தூய்மையானவராகவும் சுயநலமற்றவராகவும் நிச்சயம் நீங்கள்
ஆவீர்கள்.

TWENTY-EIGHTH MORNING

There is no difficulty, however great, but will yield
before a calm and powerful concentration of thought,
and no legitimate object but may be speedily actualized
by the intelligent use and direction of one's soul forces.
Whatever your task may be,
concentrate your whole mind upon it;
throw into it all the energy of which you are capable.
The faultless completion of small tasks,
leads inevitably to larger tasks.
See to it that you rise by steady climbing,
and you will never fall.

தமிழில் : சே. அருணாசலம்

இருபத்தி எட்டாம் நாள் காலை

சலனமற்ற, ஒருமுகப்படுத்தப்பட்ட ஆற்றல் வாய்ந்த
சிந்தனையின் முன்
எப்படிப்பட்ட பெரும் பிரச்சினையும் அடிபணியும்.
ஒருவனது ஆன்ம ஆற்றல்கள்
அறிவுக்கூர்மையோடு இயக்கப்படும்போது
சாத்தியமான எந்த இலக்கும் விரைவில் நிதர்சனப்படும்.
உங்கள் பணி எதுவாக வேண்டுமானாலும் இருக்கட்டும்,
அதன் மீது உங்கள் முழு மனதையும் ஒருமுகப்படுத்துங்கள்.
உங்களின் அனைத்து ஆற்றல்களையும்,
உங்களால் எவ்வளவு முடியுமோ, அவ்வளவு செலுத்துங்கள்.
பிழைகள் இன்றி செய்யப்படும் சிறிய பணிகள், பெரிய
பணிகளுக்கு இன்றியமையாமல் அழைத்துச் செல்லும்.
உங்கள் முன்னேற்றம் ஊசலாடாமல் உறுதியாக
மேற்செல்வதைக் கவனியுங்கள்.
நீங்கள் நிச்சயம் தோல்வியடைய மாட்டீர்கள்.

TWENTY-EIGHTH EVENING

He who knows that Love is at the heart of all things,
and has realized the all-sufficing power of that Love,
has no room in his heart for condemnation.
If you love people and speak of them with praise,
until they in some way thwart you,
or do something of which you disapprove,
and then you dislike them and speak of them with dispraise,
you are not governed by the Love which is of God.
If, in your heart,
you are continually arraigning and condemning others,
selfless love is hidden from you.
Train your mind in strong, impartial, and gentle thought;
train your heart in purity and compassion;
train your tongue to silence,
and to true and stainless speech;
so shall you enter the way of holiness and peace,
and shall ultimately realize the immortal Love.

தமிழில் : சே. அருணாசலம்

இருபத்தி எட்டாம் நாள் மாலை

அனைத்து இதயங்களிலும் அன்பு இருக்கிறது என்று அறிந்து கொண்டவன்,
அன்பின் அளப்பரிய ஆற்றலை அறிந்திருக்கிறான். கண்டனம் செய்வதற்கு அவனது இதயத்தில் இடமில்லை.
மனிதர்களுடன் நீங்கள் அன்பாக இருக்கிறீர்கள், அன்பாக பேசுகிறீர்கள்,
ஆனால், அவர்கள் உங்கள் விருப்பத்துக்கு மாறாக செயல்படாதவரை மட்டுமே என்றால்,
அல்லது
அவர்கள் உங்கள் விருப்பத்துக்கு மாறாக செயல்பட்ட பின்,
நீங்கள் அவரை வெறுக்கிறீர்கள்,
அவரை குறித்து இழிவாகப் பேசுகிறீர்கள் என்றால், நீங்கள் கடவுளின் அன்பால் ஆளப்படவில்லை. உங்கள் இதயத்தில் நீங்கள் தொடர்ந்து மற்றவரை வசைபாடிக் கொண்டிருக்கிறீர்கள்,
கண்டனம் செய்து கொண்டிருக்கிறீர்கள் என்றால் தன்னை மறந்த அன்பு உங்களிடமிருந்து ஒளிந்து இருக்கிறது.
வலிமையான, பாரபட்சமற்ற, கனிவான எண்ணங்களால் உங்கள் மனதை பயிற்றுவியுங்கள். உளத்தூய்மை மற்றும் இரக்கத்தால் உங்கள் இதயத்தை பயிற்றுவியுங்கள்.
மவுனத்தாலும் உண்மையான, களங்கமற்ற பேச்சாலும், உங்கள் நாவை பயிற்றுவியுங்கள். இவ்வாறு பயிற்றுவிப்பதால்,
நீங்கள் புனிதத்தின், நிம்மதியின்
பாதைக்குள் நுழைவீர்கள்,
என்றும் இறவாத அன்பை உணர்வீர்கள்.

TWENTY-NINTH MORNING

If you would realize true prosperity, do not settle down, as many have done, into the belief that if you do right everything will go wrong. Do not allow the word "Competition" to shake your faith in the supremacy of righteousness. I care not what men say about the "laws of competition," for do not I know the Unchangeable Law which shall one day put them all to rout, and which puts them to rout even now in the heart and life of the righteous man? And knowing this law I can contemplate all dishonesty with undisturbed repose, for I know where certain destruction awaits it. Under all circumstances do that which you believe to be right, and trust the Law; trust the Divine Power which is immanent in the universe, and it will never desert you, and you will always be protected.

தமிழில் : சே. அருணாசலம்

இருபத்தி ஒன்பதாம் நாள் காலை

உண்மையான, வளமான வாழ்வை நீங்கள் உரை வேண்டும் என்றால்,

நீங்கள் பலரும் செய்வது போல, நான் நேர்வழியை கடைப்பிடித்தால் அது வீழ்ச்சிக்கு காரணமாகிவிடும் என்ற நம்பிக்கைக்கு இடம் கொடுத்து விடாதீர்கள்.

நன்மைக்கான பாதையில் "போட்டி" என்ற வார்த்தை உங்களை திசைதிருப்ப அனுமதிக்காதீர்கள். "போட்டி போடுதலின் கடுமையான விதிகள்" குறித்து எனக்குத் தெரியும்.

அந்த கடுமையான விதிகள் அனைத்தையும், என்றும் மாறாது இருக்கும் ஓர் விதி ஒரு நாள் வேரோடு சாய்க்கும்,

நன்மையானவனின் வாழ்விலும், இதயத்திலும், இப்போதும் கூட அது அவற்றை சாய்த்திருக்கிறது. இந்த விதியை நான் அறிந்துள்ளதால்,

எல்லா அநீதி, நேர்மையின்மையையும்

நான் கலங்காமல் எதிர்கொள்வேன்.

காரணம், அதற்கான நிச்சய அழிவு எங்கே என்று எனக்குத் தெரியும்.

அனைத்து சூழல்களிலும்,

நீங்கள் சரி என்று நம்புவதை செய்யுங்கள்,

இயற்கை நியதிகளின் மேல் நம்பிக்கை கொள்ளுங்கள்,

பிரபஞ்சத்தில் உள்ளார்ந்து இருக்கும் தெய்வீக ஆற்றலின் மீது நம்பிக்கை கொள்ளுங்கள்.

அது உங்களை ஒரு போதும் கைவிடாது,

நீங்கள் எப்போதும் பாதுகாக்கப்படுவீர்கள்.

TWENTY-NINTH EVENING

Forget yourself entirely in the sorrows of others,
and in ministering to others,
and divine happiness will emancipate you from all sorrow and suffering.
"Taking the first step with a good thought,
the second with a good word,
and the third with a good deed,
I entered Paradise."
And you also enter Paradise by pursuing the same course.
Lose yourself in the welfare of others;
forget yourself in all that you do
—this is the secret of abounding happiness.
Ever be on the watch to guard against selfishness
and learn faithfully the divine lessons of inward sacrifice;
so shall you climb the highest heights of happiness,
and shall remain in the never-clouded sunshine of universal joy,
clothed in the shining garment of immortality.

தமிழில் : சே. அருணாசலம்

இருபத்தி ஒன்பதாம் நாள் மாலை

மற்றவர்களது துக்கங்களில் துணைநிற்பதில், அவர்களுக்கு உதவுவதில், உங்களை நீங்கள் முழுமையாக மறந்திடுங்கள்.

தெய்வீக மகிழ்ச்சி, உங்களை அனைத்து துக்கங்கள் மற்றும் துன்பங்களிலிருந்தும் விடுவிக்கும்.

முதல்படியை நல் எண்ணத்துடன்,

இரண்டாவது படியை நல் வார்த்தையுடன்,

மூன்றாவது படியை நற்செயலுடன் நான் முன்னெடுத்தேன்.

சுவர்க்க வாழ்வில் நுழைகிறேன்.

நீங்களும் இதே வழிமுறையைக் கடைப்பிடித்து சுவர்க்க வாழ்வில் நுழையுங்கள்.

மற்றவர்களது நல்வாழ்விற்காக உங்களை நீங்கள் தொலைத்துவிடுங்கள்,

நீங்கள் செய்யும் அனைத்திலும் உங்களை நீங்கள் மறந்துவிடுங்கள்.

இதுவே நிலையான மகிழ்ச்சியின் இரகசியம். சுயநலத்திற்கு எதிராக எப்போதும் விழிப்புடன் இருங்கள்.

உள்ளத்தின் தியாகங்களின் தெய்வீக பாடங்களை நம்பிக்கையுடன் கற்றிடுங்கள்.

மகிழ்ச்சியின் உயர் சிகரங்களை நீங்கள் அடைவீர்கள்.

பிரபஞ்ச மகிழ்வு என்னும்

மேகம் சூழாத இளஞ்சூரிய ஒளியில்

நீங்கள் இளைப்பாறுவீர்கள்,

நிலைத்த வாழ்வு என்னும் மின்னும் ஆடை தரித்து.

James Allen

THIRTIETH MORNING

When the farmer has tilled and dressed his land and put in the seed,

he knows that he has done all that he can possibly do,

and that now he must trust to the elements,

and wait patiently for the course of time to bring about the harvest,

and that no amount of expectancy on his part will affect the result.

Even so, he who has realized Truth,

goes forth as a sower of the seeds of goodness, purity, love, and peace,

without expectancy and never looking for results,

knowing that there is the Great Over-ruling Law

which brings about its own harvest in due time,

and which is alike the source of preservation and destruction.

தமிழில் : சே. அருணாசலம்

முப்பதாம் நாள் காலை

உழவன் தன் நிலத்தை உழுது,
பண்படுத்தி, விதை தூவிய பின்,
சாத்தியமான அனைத்தையும் அவன் செய்துவிட்டதாக
அறிவான்.
இனி அவன் இயற்கை செயல்பாடுகளை நம்ப வேண்டும்,
அறுவடை ஏற்படும் உரிய காலம் வரை காத்திருக்க வேண்டும்,
அவனது எந்த எதிர்பார்ப்பும் விளைவுகளை பாதிக்காது என்று
அறிவான்.
அதுபோல, உண்மையை உணர்ந்தவன்,
எந்த எதிர்பார்ப்பும் இன்றி,
விளைவுகள் உடனடியாக தோன்ற வேண்டும் என்று எதிர்பார்ப்பு
இல்லாமல்
நன்மை, தூய்மை, அன்பு மற்றும் நிம்மதி ஆகியவற்றின்
விதைகளை தூவுபவனாக இருக்கிறான்.
அனைத்துக்கும் மேலான பெருநீதி இருப்பதை அவன்
அறிவான்.
அது அறுவடையை உரிய காலத்தில் கொண்டு வரும், அந்த
பெருநீதியே
பாதுகாப்பு மற்றும் அழிவு ஆகியவற்றின் ஆதாரம் என்று
அறிவான்.

THIRTIETH EVENING

The virtuous put a check upon themselves,
and set a watch upon their passions and emotions;
in this way they gain possession of the mind,
and gradually acquire calmness;
and as they acquire calmness,
they acquire influence, power, greatness, abiding joy, and fullness and completeness of life.
He only finds peace who conquers himself,
who strives, day by day, after greater self-possession,
greater self-control, greater calmness of mind.
Where the calm mind is there is strength and rest,
there is love and wisdom;
there is one who has fought successfully innumerable battles against self,
who, after long toil in secret against his own failings,
has triumphed at last.

தமிழில் : சே. அருணாசலம்

முப்பதாம் நாள் மாலை

அறநெறியாளர்கள் தங்களுக்குள் உற்று கவனிப்பார்கள்,
தங்களின் எண்ண ஓட்டங்கள் மற்றும் உணர்வுகளை
விழிப்புடன் கவனிப்பார்கள்,
இதன் வாயிலாகவே தங்கள் மனதின் மீது ஒரு கட்டுப்பாட்டை
கொண்டு வருவார்கள்.

படிப்படியாக சாந்த நிலையைப் பெறுவார்கள்,
சாந்த நிலையைப் பெறும்போது
ஈர்ப்பாற்றல், சக்தி, மேன்மைநிலை, நிலையான மகிழ்ச்சி,
முழுமையான மற்றும் நிறைவான வாழ்வைப் பெறுவார்கள்.

எவன் தன்னை வென்று ஆள்கிறானோ,
ஒவ்வொரு நாளும் கூடுதல் தன்னடக்கத்தை,
கூடுதல் சுயக்கட்டுப்பாட்டை,
கூடுதல் சாந்த நிலையை அடைய
இடையறாது முயற்சிக்கிறானோ,
அவனே நிம்மதியைக் காண்பான்.

எங்கே சாந்தமான மனம் இருக்கின்றதோ,
அங்கே வலிமையும் இளைப்பாறுதலும் இருக்கின்றன.
அங்கே அன்பும், மெய்யறிவும் இருக்கின்றன.
அங்கே தன் சுயத்தை எதிர்த்து எண்ணிலடங்கா போர்களை
வெற்றிகரமாக புரிந்த ஒருவன்,
தனது தோல்விகளின் பாடங்களை
நெடுங்காலம் இரகசியமாக கற்ற ஒருவன்,
இறுதியாக வென்று இருக்கிறான்.

THIRTY-FIRST MORNING

Sympathy bestowed increases its store in our own heart and enriches and fructifies our own life.

Sympathy given is blessedness received; sympathy withheld is blessedness forfeited.

In the measure that a man increases and enlarges his sympathy so much nearer does he approach the ideal life, the perfect blessedness;

and when his heart has become so mellowed that no hard, bitter, or cruel thought can enter, and detract from its permanent sweetness,

then indeed is he richly and divinely blessed.

தமிழில் : சே. அருணாசலம்

முப்பத்தி ஒன்றாம் நாள் காலை

நாம் இரக்கத்தை வழங்கும் போது

நம்முள் இரக்கம் இன்னும் அதிகமாக சுரக்கும்.

அது நம் வாழ்வை வளமாக,

பயனுள்ளதாக மாற்றும்.

இரக்கத்தை வழங்குவது

அருளைப் பெறுவது போல.

இரக்கத்தை வழங்க மறுப்பது

அருளை இழப்பது போல.

எந்த அளவிற்கு ஒருவன் இரக்கத்தை வளர்த்துக் கொள்கிறானோ,

அந்த அளவிற்கு அவன் பேரருள் நிறைந்த சரியான வாழ்வை வாழ நெருங்குகிறான்.

எவனது இதயம் மிகக்கனிந்து, உருகி

அதன் இனிய நிலையை

எந்த இறுக்கமான, கசப்பான, கொடிய எண்ணங்களும்

உட்புகுந்து மாற்ற முடியவில்லையோ,

அவன் உண்மையில்

வளமான பேரருள் பெற்றவன் ஆவான்.

THIRTY–FIRST EVENING

Sweet is the rest and deep the bliss of him

who has freed his heart

from its lusts and hatreds and dark desires;

and he who,

without any shadow of bitterness resting upon him,

and looking out upon the world

with boundless compassion and love,

can breathe, in his inmost heart,

the blessing: Peace unto all living things,

making no exceptions or distinctions

–such a man has reached that happy ending

which can never be taken away,

for this is the perfection of life,

the fulness of peace,

the consummation of perfect blessedness.

தமிழில் : சே. அருணாசலம்

முப்பத்தி ஒன்றாம் நாள் மாலை

தன் உள்ளத்திலிருந்து
இச்சைகளையும், காழ்ப்புணர்வுகளையும், இருண்ட ஆசைகளையும்
நீக்கியவனின் பேரானந்தம் பேராழமானது.
அவனது ஓய்வு பேரின்பமானது.
கசப்புணர்வின், சுயநலத்தின்
எந்தச் சுவடும் இல்லாமல்
அவற்றின் நிழல் கூட நெருங்காமல் வாழ்பவன்,
எல்லையற்ற இரக்கத்தோடும் அன்போடும்
உலகை நோக்கி
தன் இதயத்தில் சுவாசிக்கும் பேரருள் எண்ணம்:
நிம்மதி எல்லா உயிர்களையும் தழுவட்டும்
எவ்வுயிரையும் ஒதுக்காமல்,
எந்தப் பாகுபாடும் கொள்ளாமல்.
இந்தப் பேரருள் எண்ணத்தைச் செலுத்துபவன்
அடைந்துள்ள மகிழ்ச்சியான முடிவை
என்றும் பறிக்க முடியாது.
அது தான் வாழ்வின் முழுமை,
நிம்மதியின் முழுமை,
பேரருளின் பொழியும் தன்மை.

அச்சுப் புத்தக விலைப்பட்டியல்

வ. எண்	ஜேம்ஸ் ஆலன் முதன்நூல்	தமிழ் மொழிபெயர்ப்பு நூல்	விலை ₹
1	Man: King of Mind, Body and Circumstance	மனிதன்: மனம், உடல், சூழ்நிலையின் தலைவன்	125/-
2	Foundation Stones to Happiness and Success	மகிழ்ச்சிக்கும் வெற்றிக்குமான அடிதளம்	125/-
3	Out from the Heart	உள்ளத்திலிருந்தே வாழ்வு	125/-
4	Byways of Blessedness	அருள் பொழியும் நிழல் பாதைகள்	
5	All These Things Added (Entering the Kingdom The Heavenly Life)	வேண்டுவன யாவும் கிட்டும் (சுவர்கத்தின் நுழைவாயிில் சுவர்க வாழ்வின் தன்மைகள்)	
6	Above Life's Turmoil	வாழ்வின் கொந்தளிப்புகளை கடந்த உயர்நிலைகள்	
7	Men and Systems	மனிதர்களும் அமைப்புகளும்	
8	Mastery of Destiny	விதியை நிர்ணயிக்கும் ஆற்றல்	
9	From Passion to Peace	வெறியுணர்வு (என்னும் அடிவாரம்) முதல் நிம்மதி (என்னும் சிகரம்) வரை	
10	Eight Pillars of Prosperity	வளமான வாழ்வைக் கட்டமைக்கும் எட்டு தூண்கள்	250/-
11	Through the Gate of Good or Christ and Conduct	நல்வாசலின் வழியே அல்லது கிறிஸ்துவும் நல்லொழுக்கமும்	
12	Morning and Evening Thoughts	Morning and Evening Thoughts –காலை மாலை சிந்தனைகள் ஆங்கில மூலம்–தமிழ் மொழிபெயர்ப்பு இரண்டும் கொண்ட இரு மொழி நூல்)	200/-
13	Life Triumphant (Mastering the Heart and Mind)	வெற்றிகரமான வாழ்வு (மனதையும் இதயத்தையும் பண்படுத்தி ஆளுதல்)	
14	Poems of Peace	நிம்மதியின் பாடல்கள்	
15	The Shining Gateway	நேர்வழியின் சீரிய ஒளி	